માનસિક સ્વાસ્થ્ય

રોનકકુમાર આર. પરમાર

(MA, M.Phil., B.Ed. , PGDCP)

Publish World

2014

Price : Rs. 400

First Edition : 2014

Date of Publication : 25 December, 2014

ISBN : 978-0-9939092-5-2

Published & Printed by
Publish World
10, Toran Bunglows, Near Nandbhumi,
A. V. Road, Anand – 388001
Gujarat (India)
http://www.publishworld.org
Email : pwisbn@gmail.com

નિવેદન

માનસિક સ્વાસ્થ્ય અંગેનું પુસ્તક આપની સમક્ષ મૂકતાં હું અત્યંત આનંદની લાગણી અનુભવુ છું. વર્તમાન સમયની જરુરીયાત છે કે આપણે આપણુ શારીરિક સ્વાસ્થ્યની સાથે સાથે માનસિક સ્વાસ્થ્યને પણ લક્ષ્યમાં રાખીએ કેમકે, માનસિક સ્વાસ્થ્યની આજના સમયમાં ખૂબ જ આવશ્યકતા છે. આજના આ ચિંતાના યુગમાં આપણે આપણુ માનસિક સ્વાસ્થ્ય કેમ જાળવવું તે વિશે આ પુસ્તકમાં સુંદર છણાવટ કરવામાં આવેલી છે. આશા છે મનોવિજ્ઞાન સિવાયના અભ્યાસુઓને પણ આ પુસ્તક ખૂબ જ ઉપયોગી અને લાભદાયી નીવડશે.

આ પુસ્તક તૈયાર કરવામાં જેમનો મને હરહંમેશ સાથ સહકાર મળ્યો છે તેવા મારા માતા-પિતાના આશિર્વાદથી તેમજ મારા ભાઈ-બહેન અને આ તબક્કે સવિશેષ પ્રેરક બની રહેનાર ડો. અશોક એન. પ્રજાપતિ (ચિલ્ડ્રન યુનિવર્સિટી) અને શ્રી પરિક્ષીત ડી. બારોટનો હું હદય પુર્વક આભાર માનુ છું, આશા છે તમામ અભ્યાસુઓને પસંદ પડશે અને કાંઈક સુચન હશે તો તેની પણ આપ નોંધ કરશો.

-રોનકકુમાર રાજુભાઈ પરમાર
(M.A., M.Phil., B.Ed., PGDCP)

અનુક્રમણિકા

૧ માનસિક સ્વાસ્થ્યની વિભાવના

માનસિક સ્વાસ્થ્ય એ શારીરિક સ્વાસ્થ્ય જેટલી જ મહત્ત્વની બાબત છે. આમ છતાં આપણાંમાંના મોટાભાગના લોકો માનસિક સ્વાસ્થ્ય અંગે જોઇએ તેટલા પ્રમાણમાં સજાગ, સભાન કે ચિંતિત નથી. આનું મુખ્ય કારણ એ છે કે શારીરિક સ્વસ્થતા કે શારીરિક અસ્વસ્થતાને આપણે સહેલાઇથી પારખી શકીએ છીએ. શારીરિક ખોડખામી કે અન્ય શારીરિક મુશ્કેલીઓને આપણે સહેલાઇથી જોઇ શકીએ છીએ, અનુભવી શકીએ છીએ. પરંતુ આટલી સરળતાથી કે સહેલાઇથી આપણે હળવા પ્રકારના માનસિક વિક્ષેપો કે સમાયોજનની હળવી સમસ્યાઓ કે જે માનસિક સ્વાસ્થ્યની ખામીનું સૂચન કરે છે તેને પારખી શકતા નથી અને એજ રીતે માનસિક સ્વાસ્થ્યની ખામી દર્શાવતી કેટલીક બાબતો જેવી કે આત્મગૌરવ અને આત્મવિશ્વાસનો અભાવ, અકારણ ચિંતા, લઘુતા વગેરેને પણ આપણે વ્યક્તિની ખાસિયત અથવા બહુબહુ તો માનવ સ્વભાવની વિચિત્રતા તરીકે ઓળખાવી તેની અવગણના કરીએ છીએ. માનસિક સ્વસ્થતાના લક્ષણ તરીકે આપણે તેની ખાસ ચિંતા કરતા નથી. આનું મૂળ કારણ માનસિક સ્વાસ્થ્ય અંગેની આપણી ખોટી ભૂલભરેલી વિભાવના-સંકલ્પનામાં રહેલું છે.

વૈજ્ઞાનિક વિકાસને લીધે જીવનમાં સગવડો અને સુખ-સમૃધ્ધિ વધ્યા છે : બીજી બાજુ ઉદ્યોગીકરણ, યંત્રીકરણ, વિશિષ્ટિકરણ, શહેરીકરણ વગેરેને લીધે જીવનની જટિલતા અને મૂંઝવણો પણ વધી છે, પરિણામે સમાયોજનની સમસ્યાઓ ગંભીર બની છે. આથી વર્તમાન સમયમાં માનસિક સ્વાસ્થ્યની બાબત ખૂબ અગત્યની બની ગઇ છે. માનસિક સ્વાસ્થ્યના ક્ષેત્રે કામ કરતાં નિષ્ણાંતોની કામગીરી વધુ પડકારરૂપ છે. શારીરિક સ્વાસ્થ્યની જાળવણી માટેના કે અમુક રોગોથી બચવા માટેના સૂચનો-ઉપાયો સરળતાથી બતાવી શકાય છે. દા.ત. મેલેરિયા કે કોલેરા જેવી ભયંકર બીમારી ફેલાઇ હોય તે વખતે મચ્છરો ન થાય તે માટે પાણી ભરેલાં ખાબોચિયા કે આવી જગ્યાએ દવા છાંટવી, પાણી ઉકાળીને પીવું, ઉઘાડા કે વાસી ફળો અને ખોરાક ખાવા નહિં વગેરે સૂચનો સહેલાઇથી સમજાવી શકાય છે. પરંતુ આટલી સહેલાઇથી સમાયોજિત વર્તન માટેની તાલીમ આપી શકાતી નથી. સૌમ્ય કે તીવ્ર મનોવિકૃતિ માટે

રોગપ્રતિકારક **રસી** મૂકી શકાતી નથી. મનોવિકૃતિઓના કારણોમાં રહેલી જટિલતાને લીધે પણ એકસરખી મનોવિકૃતિ ધરાવતા લોકો સામે પણ એકસરખાં, સમાન સૂચનો-ઉપાયો કામ કરતા નથી. વળી, કેળવણીનો અભાવ, અજ્ઞાનતા અને અંધશ્રધ્ધાઓ પણ નિષ્ણાંતોની કામગીરીમાં અવરોધરૂપ થઇ પડે છે.

૧.૧ ૨૦૧૦નો એક અભ્યાસ :-

૨૦૧૦ના એક અભ્યાસ પ્રમાણે સૌથી વધુ મનોભારયુક્ત વ્યવસાયોમાં (૧) અગ્નિશમન, (૨) કોર્પોરેટ એક્ઝયુકિટીવ, (૩) ટેક્ષી ડ્રાઇવર, (૪) સર્જન, (૫) પોલીસ ઓફિસર, (૬) કોમેરીકલ પાઇલટ, (૭) હાઇવે પેટરોલ ઓફિસર, (૮) પબ્લિક રિલેશન ઓફિસર, (૯) એટર્વટાઇઝિંગ એકાઉન્ટન એક્ઝયુકિટીવ, (૧૦) રીઅલ એસ્ટેટ એજન્ટ વગેરેનો સમાવેશ થાય છે. આ દસ વ્યવસાય કરનારાઓનો મનોભારના પ્રાપ્તાંકોનો વિસ્તાર ૧૮.૭૭૬ થી ૧૧૦.૯૩૬ સુધીનો જોવા મળે છે. આ અભ્યાસની માહિતી નીચેના કોષ્ટકમાં આપેલી છે :

૧૦ સૌથી વધુ મનોભારયુક્ત વ્યવસાયો દર્શાવતુ કોષ્ટક

ક્રમ	વ્યવસાય	મનોભારનું પ્રમાણ	કામના કલાકો	ટાઇમ પ્રેસર	સ્પર્ધા
૧	અગ્નિશમન	૧૧૦.૩૬	૧૧	ખૂબ વધારે	ઓછી
૨	કોર્પોરેટ એક્ઝયુકિટીવ	૧૦૮.૬૨૫	૧૧	વધારે	વધારે
૩	ટેક્ષી ડ્રાઇવર	૧૦૦.૪૯૧	૯.૫	મધ્યમ	ઓછી
૪	સર્જન	૯૯.૪૬૩	૧૧	મધ્યમ	વધારે
૫	પોલીસ ઓફિસર	૯૩.૮૯૩	૯.૫	મધ્યમ	ઓછી
૬	કોમેરીકલ પાઇલટ	૮૫.૩૫૦	૯	મધ્યમ	ઓછી
૭	હાઇવે પેટરોલ ઓફિસર	૮૦.૬૫૧	૯.૫	મધ્યમ	ઓછી
૮	પબ્લિક રિલેશન	૭૮.૫૨૩	૯	વધારે	ખૂબ વધારે

	ઓફિસર				
૯	એટર્વટાઇઝિંગ એકાઉન્ટન એક્ઝયુકિટીવ	૭૪.૫૫૫	૯.૫	મધ્યમ	ખૂબ વધારે
૧૦	રીઅલ એસ્ટેટ એજન્ટ	૭૩.૦૬૩	૯.૫	વધારે	ખૂબ વધારે

૧.૨ માનસિક સ્વાસ્થ્યની વિભાવના

આપણામાંના ઘણાખરાં લોકો માનસિક સ્વાસ્થ્ય કે માનસિક તંદુરસ્તી અંગે ખોટા ખ્યાલ ધરાવે છે. ઘણાખરાં લોકો એમ માને છે કે માનસિક સ્વાસ્થ્ય અને માનસિક બીમારી એ તદ્દન વિરોધી બાબતો છે અને આથી જ જે વ્યક્તિ માનસિક રીતે બીમાર નથી તે માનસિક રીતે સ્વસ્થ છે, તે માનસિક સ્વાસ્થ્ય ધરાવે છે એમ માનવામાં આવે છે. જો કે સાચા અર્થમાં માનસિક સ્વાસ્થ્ય આ રીતે નકારાત્મક ખ્યાલ નથી. માનસિક રોગોના અભાવવાળી પરિસ્થિતિ એટલે માનસિક સ્વાસ્થ્ય. આમ, નિષેધક રીતે માનસિક સ્વાસ્થ્યને સમજાવી શકાય નહિં. માનસિક સ્વાસ્થ્ય સુસમાયોજન, અસરકારક સમાયોજન, વ્યક્તિત્વના વિકાસ માટેની વિધાયક પરિસ્થિતિનો નિર્દેશ કરે છે.

સૌ પ્રથમ માનસિક સ્વાસ્થ્ય પર અભ્યાસ કરનાર **મિ. બીયર (૧૯૦૮)** હતા. તેમણે સમાજમાં માનસિક સ્વાસ્થ્ય વિશેના ખ્યાલ દ્વારા લોકોને સભાન કર્યા. બીયર તથા બીજાં અનેક મનોવૈજ્ઞાનિકોએ ત્યારબાદ માનસિક સ્વાસ્થ્યની વ્યવસ્થિત અને વૈજ્ઞાનિક વ્યાખ્યાઓ આપવાનો પ્રયત્ન કર્યો. તેમાની કેટલીક વ્યાખ્યાઓ નીચે મુજબ છે :

વિશ્વ સ્વાસ્થ્ય સંઘ (World Health Organization WHO) ના ૧૯૪૬માં તૈયાર થયેલા બંધારણમાં સ્વાસ્થ્યની વ્યાખ્યા આ પ્રમાણે આપવામાં આવી હતી.

"સ્વાસ્થ્ય એ માત્ર રોગ, નબળાઇ કે શક્તિનો અભાવ કે ગેરહાજરી ની અવસ્થા જ નથી." એ ઉપરાંત તે સમગ્ર અને સંપૂર્ણ એવી શારીરિક, માનસિક અને સામાજિક પર્યાપ્તતામાંથી સર્જાતી સ્થિતિ છે."

(૧) "માનસિક સ્વાસ્થ્ય એટલે વ્યક્તિ અને સમાજના સંબંધો પર અસર કરતાં સમગ્ર પરીબળોનો સુગ્રથિત અભ્યાસ અને તે અભ્યાસના તારણોનો સર્જનાત્મક અને અસરકારક ઉપયોગ કરવાની પરિસ્થિતિ નિર્માણ કરવાની ક્ષમતા."

- ક્લિન (૧૯૫૬)

(૨) "માનસિક સ્વાસ્થ્ય એટલે માનસિક બિમારીથી બચવાની અને અટકાવવાની વધુમાં વધુ ક્ષમતા ધરાવતી હોય તેવી વૈયક્તિક અને સામાજિક વર્તનભાતનો સમાજની વ્યક્તિઓમાં થયેલો વિકાસ."

- હેડલી (૧૯૫૮)

(૩) "માનસિક સ્વાસ્થ્ય એટલે તંદુરસ્ત વ્યક્તિત્વ વિકાસ અને માનસિક રોગના હુમલાથી બચવા માટેનો વ્યવસ્થિત વૈજ્ઞાનિક પ્રયત્ન."

- કોલમેન (૧૯૬૨)

(૪) "માનસિક સ્વાસ્થ્ય એટલે એવી સ્થિતિનું નિર્માણ કે જેમાં તંદુરસ્ત આવેગિક જીવન શક્ય બને અને હળવા માનસિક રોગોથી ચિકિત્સા દ્વારા વધુ ગંભીર અને કટોકટી ભર્યા માનસિક રોગોને નિવારવાનું શક્ય બને."

- હર્બટ કેરોલ (૧૯૬૯)

(૫) "માનસિક સ્વાસ્થ્ય એટલે માનવીઓનું જગત સાથે તેમજ એકબીજાં સાથેનું મહત્તમ અસરકારક અને સુખપ્રદ સમાયોજન."

- કાર્લ મેનિન્જર

(૬) "સૌમ્ય મનોવિકૃતિ અને તીવ્ર મનોવિકૃતિના લક્ષણોમાંથી મુક્ત એવા વૈયક્તિક સમાયોજનને માનસિક આરોગ્યશાસ્ત્ર કહેવામાં આવે છે."

- સી.ટી. મોર્ગન

માનસિક સ્વાસ્થ્ય એટલે દરેક વ્યક્તિને તેની વ્યક્તિગત શારીરિક માનસિક શક્તિ પ્રમાણે તેનો યોગ્ય વિકાસ થઇ શકે તે પ્રકારની પરિસ્થિતિ ઉભી કરવાનો શક્ય તેટલો સામાજિક પ્રયત્ન. એટલે જ્યારે સામાજિક પરિસ્થિતિના પરિવર્તનને બદલે વ્યક્તિના વ્યક્તિત્વ પરિવર્તન પર સવિશેષ ભાર મુકવામાં આવે છે.

(૧) માનસિક સ્વાસ્થ્ય રોગને મટાડવા માટેનું પગલું નથી, પરંતુ રોગનો પ્રવેશ અટકાવવા માટેનું પગલું છે. તેથી આ કાર્ય રોગ પછી નહિ પરંતુ રોગ પહેલાં હાથમાં લેવામાં આવે છે.

(૨) માનસિક સ્વાસ્થ્યમાં સામાન્ય રીતે વ્યક્તિના માનસિક સ્વાસ્થ્યને અને સમાયોજનને અસર કરતાં બધા જ પરિબળો – શારીરિક, માનસિક, સામાજિક, ભૌતિક વગેરે પર ભાર મુકીને તેમાંના કયા પરીબળો કેટલો ભાગ ભજવી શકે તે નક્કી કર્યા પછી તેને યોગ્ય રીતે નિયંત્રિત કરવા માટેનો શક્ય તેટલો પ્રયત્ન કરવાનો છે.

(૩) માનસિક સ્વાસ્થ્યનો ખ્યાલ સમાજમાં પ્રવર્તતા સામાજિક અને નૈતિક મૂલ્યોની સાથે ઘણી નિકટતાથી સંકળાયેલો છે. દરેક સમાજમાં પોતાના સ્થાપિત થયેલાં મુલ્યોને અનુલક્ષિને વર્તન અને વિચારસંહિતા ઘડી કાઢવામાં આવી હોય છે અને તે સમાજના નાગરિકોને તે પાળવાનો અનુરોધ કરવામાં આવે છે.

૧.૩ માનસિક સ્વાસ્થ્યની ચળવળ:-

માનસિક રોગો થતા અટકાવવા અને લોકોને માનસિક રોગો અંગે સભાન બનાવવાના વ્યવસ્થિત સામૂહિક પ્રયાસોને માનસિક સ્વાસ્થ્યની ચળવળ તરીકે ઓળખનામાં આવે છે.

કોલમેન નોંધે છે તે અનુસાર ૨૦ મી સદી એ ચિંતાની સદી છે. જયાં જુઓ ત્યાં દોડાદોડ, ફરિયાદ સંઘર્ષ, નિષ્ફળતા, નિરાશા, હતાશા અને ચિંતા જોવા મળે છે. આ સર્વના પરિણામ સ્વરુપ મનોવિકૃત્તિ એ આ સદીનું મહત્વનું લક્ષણ છે. પહેલાના સમયમાં જીવનની સરળતા અને સાદગીને લીધે મનોવિકૃતિઓનું પ્રમાણ કદાચ ઓછું હશે પરંતુ તે સમયે અજ્ઞાન, વહેમ, અંધશ્રધ્ધા વગેરેને લીધે મનોવિકૃત્તિને ભૂતપ્રેત, દૈવી કે રાક્ષસી આત્માના પ્રવેશ તરીકે

ઓળખવામાં આવતી. આથી માનસિક રોગના દર્દીની દુર્દશા થતી. તેની સાથે ક્રુર, ઘાતકી અને અમાનુષી વર્તાવ કરવામાં આવતો. પ્રાણીઓની જેમ ક્યારેક માનસિક રોગના દર્દીને સાંકળોથી બાંધીને રાખવામાં પણ આવતો. તેની સંભાળ કે સારવારનો ખ્યાલ જ કરવામં આવતો નહીં. હાલમાં પણ ગામડાંઓમાં વસતી કેટલીક પછાત જાતિના લોકોમાં, ખાસ કરીને આદીવાસીઓમાં માનસિક રોગોને ભૂતપ્રેતનો વળગાડ ગણી ભૂવાઓ દ્વારા સારવાર આપવાની પ્રથા ચાલુ જ છે.

માનસિક રોગના દર્દીઓમાં રસ લઈને તે અંગે વ્યવસ્થિત કાર્ય કરવાની શરુઆત ૧૮૪૦ની આસપાસમાં ડેરોથિઆ ડિક્સ નામની મહિલાએ કરી. ડિકસે પોતાના રાજય મેસાચ્યૂસેટ્સની જેલો-કેદખાનાઓની મુલાકાતો લીધી.તેણે જોયું કે મંદબુધ્દ્રિના લોકો અને માનસિક રોગના દર્દીઓને મહદ્અંશે ગુનેગારોની સાથે જેલમાં અગવા ભિક્ષુકઘરોમાં રાખવામાં આવે છે અને ત્યાં બીજા કેદીઓ તેમના ઉપર અત્યાચાર ગુજારે છે. ડિકસે જેલસુધારણા માટે અને માનસિક રોગના દર્દીઓ માટે સાર્વજનિક સંસ્થાઓ સ્થાપવા કેટલાક પ્રયત્નો કર્યા. લોકોમાં થોડીક સભાનતા આવી. માનસિક રોગના દર્દીઓ માટે કેટલાક કાયદાઓ ઘડાયા. ડોરોથિયા ડિકસના પ્રયાસોથી સૌ પ્રથમવાર માનસિક રોગના દર્દિઓ જેલ અને ભિક્ષુકઘરોમાંથી નીકળી ચિકીત્સકોની દેખભાળ નીચે આવ્યા. ડિકસના સતત પ્રયત્નોને કારણે અમેરિકાનાં બીજાં રાજયોમાં પણ માનસિક રોગના દર્દીઓ માટેની સંસ્થાઓ અને કાયદાઓ થયા. પછીથી તેણે ફ્રાન્સ, ઈટાલી, ગ્રીક, રશિયા, સ્વિડન, નોર્વે, ડેન્માર્ક, હોલેન્ડ, બેલ્જિયમ, જર્મની વગેરે દેશોમાં પણ સંદર્ભમાં કાર્ય કર્યું. વોશિંગ્ટન ખાતેના જાપાનના રાજદૂત એરીનૌરી મોરી ડિકસની કામગીરીથી ખૂબ પ્રભાવિત થયા અને તેને પરિણામે જાપાનમાં માનસિક રોગોની બે સંસ્થાઓ સ્થપાઈ. પાછળથી ડિકસે ડો. હોવે સાથે પણ કાર્ય કર્યું.

એક બાજુ ડોરોથિઆ ડિકસ માનસીક દર્દીઓની હાલત સુધારવા પ્રયત્નશીલ હતા. તે જ વખતે અમેરીકામાં જ માનસિક સ્વાસ્થ્ય માટે પણ કાર્ય થઈ રહ્યું હતું. માનસિક આરોગ્ય આ શબ્દ સૌપ્રથમ એડોલ્ફ મેયરે વાપર્યો. માનસિક સ્વાસ્થ્યની ચળવળની શરુઆત ૧૯૦૯માં અમેરીકામાં થઈ. કિલફર્ડ બિયર્સ ગ્રેજ્યુએટ હતા. તેમને પોતાને ઉન્મત્ત ખિન્ન તીવ્ર મનોવિકૃતિ

થઈ. આ માનસિક રોગની સારવાર માટે તેમને માનસિક રોગની જુદી જુદી બે-ત્રણ હોસ્પિટલોમાં દાખલ કરવામાં આવ્યા. ત્યાં ડોકટરો અને અન્ય કર્મચારીઓએ તેમની સાથે ખૂબ જ બેહૂદું, અયોગ્ય અને ખરાબ વર્તન કર્યું. સારા થયા પછી ૧૯૦૮માં તેમણે 'છ દ્વૈહદ્ગ ંરદ્બ કેંહદ્ગેં"જીન્નક' નામનું પુસ્તક પ્રકાશિત કર્યું. આ પુસ્તકમાં તેમણે હોસ્પિટલમાં પોતાને થયેલા અનુભવો વર્ણવ્યા. માનસિક સ્વાસ્થ્ય સંબંધી પોતાના વિચારો રજૂ કર્યા તેમજ મનાસિક હોસ્પિટલોમાં મૂળભૂત પરિવર્તન કરવાની અનિવાર્યતા સૂચવી. માનસિક રોગના દર્દીઓને થતા અન્યાયો અને તેમને વેઠવી પડતી મુસીબતોના સંદર્ભમાં તેમણે આંદોલન ઉપાડયું. આ આંદોલનની આગેવાની તેમણે લીધી. તેમણે ચાર મુદ્દાઓની એક આખી યોજના ઘડી કાઢી. આ ચાર મુદ્દાઓ નીચે મુજબ હતા.

(૧) માનસિક રોગીઓની ચિકિત્સા માટે વપરાતી જૂની પદ્ધતિઓમાં સુધારો કરી, નવી વૈજ્ઞાનિક પદ્ધતિઓ વિકસાવવી.

(૨) માનસિક રોગીઓ પ્રત્યે માનવતાવાદી અને બુદ્ધિયુક્ત દૃષ્ટિબિંદુ અપનાવવું અને તે માટેની આવશ્યક એવી લોકજાગૃતિ લોકોમાં લાવવી.

(૩) માનસિક રોગની જાણકારી માટેનાં સંશોધનોને પ્રોત્સાહન આપવું.

(૪) માનસિક રોગોને અટકાવવાના પ્રયત્નો કરવા.

૨ માનસિક સ્વાસ્થ્ય વિજ્ઞાનના ઉદ્દેશો

"માનસિક સ્વાસ્થ્ય વિજ્ઞાન" એ માનસિક રોગોને દૂર કરવા માટે છે. એવું કેટલાંક લોકો માને છે, પરંતુ તે સાચું નથી. એ માત્ર માનસિક રોગને દૂર કરતું નથી પરંતુ દરેક વ્યક્તિ માટે ઉપયોગી છે. માનસિક રીતે માંદા માણસો એના દ્વારા પોતાનો ઉપચાર કરી શકે છે અને માનસિક રીતે સ્વસ્થ માણસો આની મદદથી માનસિક દબાણો અને તનાવો સામે પોતાનું રક્ષણ કરી શકે છે. આવી વ્યાપક ઉપયોગિતામાં જ તેના ઉદ્દેશો સમાયેલા છે.

મનોવૈજ્ઞાનિકોએ આપેલ "માનસિક સ્વાસ્થ્ય વિજ્ઞાન" ની પરિભાષા પરથી "માનસિક સ્વાસ્થ્ય વિજ્ઞાન" ના નીચે મુજબ ત્રણ ઉદ્દેશો સ્પષ્ટ થયાં છે. સંરક્ષણાત્મક, નિરોધાત્મક અને ઉપચારાત્મક.

૨.૧ સંરક્ષણાત્મક ઉદ્દેશ :-

સંરક્ષણાત્મક ઉદ્દેશમાં માનસિક વિજ્ઞાન માણસની સંપૂર્ણ યોગ્યતાઓ અને શક્તિઓના વિકાસ તરફ આગળ વધે છે અને તેના માનસિક વિકાસ માટે તે વ્યકિતની.

(૧) સંવેગાત્મક સ્થિરતા તેમજ પરિપક્વતા પ્રાપ્ત કરવામાં સહાયતા પ્રદાન કરે છે.

(૨) સ્વસ્થ માનવીય સંબંધોના વિકાસમાં સહાયતા પ્રદાન કરે છે.

(૩) સમૂહ આંતરક્રિયાઓ (Group Interaction) ના ઉપયોગી વિકાસમાં સહાયક હોય છે.

(૪) વ્યક્તિગત અને સામાજિક રીતે સુરક્ષાનો અનુભવ કરાવે છે.

૨.૨ નિરોધાત્મક ઉદ્દેશ :-

એક પ્રચલિત કહેવત "અટકાવ એ ઉપચાર કરતાં વધારે સારો છે" લોકો પરિચિત થઇ જાય તો તે માનસિક કારણો થી બચી શકે છે. આ જાગૃતિ (ચેતના) ઉત્પન્ન કરવામાં માનસિક સ્વાસ્થ્ય વિજ્ઞાન તેની સહાયક જાણકારી આપે છે કે જેનાથી નિરોધાત્મક

ઉપાયોની અવ્યવસ્થા તથા કુ-આયોજન પેદા કરનારી પરિસ્થિતિઓથી પોતાની જાતને અલગ કરી શકે છે. આ માટે મુખ્યત્વે નીચે જેવા કાર્યો કરે છે.

(૧) મનુષ્યની જરૂરિયાતો, ઇચ્છાઓ તેમજ અભિપ્રેરણાઓ માં સંબંધ, નિર્ધારણ, તનાવ અને માનસિક કુંઠિતતાઓના કારણે જે મહત્ત્વકાંક્ષાઓ બની શકે છે તેને સચેત કરે છે.

(૨) માનસિક તનાવ અને ભગ્નાશાઓને દૂર કરવા માટે સ્વીકારાત્મક સૂચનો આપે છે. એ વ્યક્તિને માનસિક ચિંતાઓ તેમજ સંવેગાત્મક મુશ્કેલીઓથી મુક્તિ પ્રાપ્ત કરવામાં મદદ કરે છે.

(૩) જે વ્યક્તિગત અને સામાજિક કુ-આયોજન ઉત્પન્ન કરે છે તે કારણો પ્રત્યે સંકેત કરે છે.

(૪) સંવેગાત્મક અને સામાજિક સમાયોજન માટે અનેક ઉપાયો સૂચવે છે.

૨.૩ ઉપચારાત્મક ઉદ્દેશો :-

ઉપચારાત્મક દ્રષ્ટિકોણથી માનસિક સ્વાસ્થ્ય મુખ્યત્વે નીચે પ્રમાણેના કાર્ય કરે છે.

(૧) માનસિક માંદગી અને અવ્યવસ્થાઓની જરૂરી જાણકારી આપે છે.

(૨) સામાજિક કુ-આયોજન સંબંધિત વિવિધ બાબતોનું જ્ઞાન આપે છે.

(૩) માનસિક રોગો તેમજ અવ્યવસ્થાઓના ઉપચાર માટે અનેક ઉપાયો સૂચવે છે.

(૪) માનસિક દ્રષ્ટિએ અશાંત તેમજ કુ-આયોજિત કરવાના ઉપાયો સૂચવે છે.

ટૂંકમાં કહીએ તો આની સહાયથી વ્યક્તિ અનાવશ્યક ચિંતાઓ, માનસિક ગ્રંથિઓ, તાણ, આંતરિક દર્દ અને ભગ્નાશાઓ વગેરેનો શિકાર થઇ જતો નથી. પરંતુ એક સમતુલિત વ્યક્તિત્વના સ્વરૂપે વિકસિત થઇ સુખી અને સંતોષી જીવન વ્યતીત કરે છે.

૩ માનસિક સ્વાસ્થ્યને અસર કરનારા પરીબળો

સુખી અને સંતોષકારક જીવન જીવવા માટે માનસિક સ્વાસ્થ્ય અત્યંત આવશ્યક છે. માનસિક સ્વાસ્થ્યના વિકાસને નીચે જેવા તત્વો અસર કરે છે :

૩.૧ વંશાનુગત તત્વ :-

ઘણી વખત માનસિક અસ્વસ્થતા અને રોગોનાં જંતુઓ માણસને માતા-પિતા દ્વારા વારસામાં મળે છે. આ કીટાણુંઓ ઉપર નિયંત્રણ મુશ્કેલ હોય છે. સારા વાતાવરણમાં સતત પ્રયાસ કરવાથી એ સંભવ થઇ શકે છે. તેના સિવાય માણસ પોતાની વંશ પરંપરાથી બૌદ્ધિક યોગ્યતાઓ, શારીરિક વિશિષ્ટતાઓ તેમજ માનસિક ક્ષમતાઓ પ્રાપ્ત કરે છે જે તેના માનસિક સ્વાસ્થ્યને વધુ અસર કરે છે.

૩.૨ વાતાવરણ :-

વ્યક્તિની જરૂરીયાતોની સંતુષ્ટિમાં મોટી અડચણ વાતાવરણ છે. અનુકૂળ વાતાવરણના અભાવથી વ્યક્તિની ઘણી ઇચ્છાઓ અસંતુષ્ટ રહી જાય છે. આ અતૃપ્ત અને દમિત ઇચ્છાઓ તેના માનસિક સ્વાસ્થ્યને વધુ અસર કરે છે. વાતાવરણ ઘરનું હોય કે શાળાનું, મહાશાળાનું હોય કે વિશ્વ વિદ્યાલયનુ, ગ્રામીણ હોય કે શહેરી કે વ્યાપક સામાજિક પરિવેશનું હોય, મનુષ્ય જે વાતાવરણમાં મોટો થાય છે તેની માનસિક સ્વાસ્થ્ય ઉપર ચોક્કસ અસર પડે છે. અનુકૂળ વાતાવરણ હોય તો સારી અને પ્રતિકૂળ હોય તો ખરાબ અસર પડે છે. યોગ્ય વાતાવરણના અભાવે વ્યકિતની માનસિક યોગ્યતાઓ વિકસિત થતી નથી અને ઘણી વખત તે કુ-આયોજનનો શિકાર બની જાય છે. કેટલાંકનું માનવું છે કે વંશાનુગત અને શારીરિક તત્વોની સરખામણીમાં વાતાવરણ વ્યક્તિને માનસિક રીતે અસ્વસ્થ બનાવવામાં વધારે જવાબદાર હોય છે.

૩.૩ શારીરિક તત્વ :-

વ્યક્તિની શારીરિક યોગ્યતાઓ અને રચનાઓની તેના માનસિક સ્વાસ્થ્ય પર વધુ અસર પડે છે. વ્યક્તિના રૂપ, રંગ, કદ, આકાર તેમજ શારીરિક સ્વાસ્થ્ય તેની

માનસિકતાને અસર કરે છે અને આ અસર તેના માનસિક સ્વાસ્થ્ય સુધારવામાં તેમજ બગાડવામાં મહત્ત્વપૂર્ણ બની જાય છે. શારીરિક રીતે સ્વસ્થ વ્યક્તિને વિવિધ પરિસ્થિતિઓમાં સમાયોજન સ્થાપિત કરવામાં મુશ્કેલી પડતી નથી.

૩.૪ જીવનની વધતી જતી જરૂરીયાતો :-

સતત વધતી જતી જરૂરીયાતોએ જીવનને જટીલ બનાવી દીધુ છે. આ જરૂરીયાતોને પૂરી કરવા માટે માણસે સતત સંઘર્ષ કરવો પડે છે અને આ સંઘર્ષ અનેક પ્રકારની માનસિક તાણ અને દબાણ સર્જે છે. એની માનસિક સ્વાસ્થ્ય ઉપર ઘણી અસર પડે છે.

૪ માનસિક સ્વાસ્થ્યના સિદ્ધાંતો

માનસિક સ્વાસ્થ્ય વિજ્ઞાને એવા કેટલાંક સિદ્ધાંતો આપ્યા છે. જેના પાલનથી માનસિક સ્વાસ્થ્યના વિકાસમાં જરૂરી સહાય મળે છે. કેટલાંક મહત્ત્વના સિદ્ધાંતો નીચે મુજબ છે :

૪.૧ સારૂં શારીરિક સ્વાસ્થ્ય :-

એક પ્રાચીન કહેવત છે "છ જૅહ્ङ્ङ્ દ્ઘૅહ્ङ્ङ઼ ह ङ़ જૅહ્ङ્ङ઼ ह्ङ़्हઅ" અર્થાત્ "માનસિક શરીરમાં સ્વસ્થ મનનો વાસ હોય છે." સારાં માનસિક સ્વાસ્થ્ય માટે મનુષ્યનું શારીરિક સ્વાસ્થ્ય સારૂં હોવું જરૂરી છે. શારીરિક રીતે સ્વસ્થ – અસ્વસ્થ વ્યક્તિ વિવિધ પરિસ્થિતિઓને લીધે ઉત્પન્ન થતાં તનાવનો સામનો કરી શકતી નથી. સમતોલ આહાર અને નિયમિત કસરત મનુષ્યને માનસિક સ્વાસ્થ્યના વિકાસમાં બહુ ઉપયોગી બને છે.

૪.૨ સંવેગોની તાલીમ :-

સારાં માનસિક સ્વાસ્થ્ય માટે સંવેગો ઉપર નિયંત્રણ આપવું અત્યંત જરૂરી છે. સંવેગોના આવેશમાં વ્યક્તિ ઘણીવાર એવો વ્યવહાર કરી બેસે છે કે બીજાને સ્વીકાર્ય હોતો નથી અને પરિણામ સ્વરૂપે આત્મગ્લાનીનો શિકાર બની જાય છે. સ્વસ્થ માનસિકતા ક્યારે પણ સંવેગોની દાસી નથી હોતી. પરંતુ સંવેગો પર નિયંત્રણ રાખે છે. બીજાઓ દ્વારા ધૃણા પામવી, વિવિધ પ્રકારના ભય મનમાં રાખવા, નાની-નાની બાબતોમાં ચિંતિત થઇ જવું વગેરે અસંતુલિત ભાવુકતાનું લક્ષણ છે તે માનસિક સ્વાસ્થ્યનુ ધોતક છે.

૪.૩ પોતાની જાતને સમજવી :-

પોતાની જાતને સમજવું એટલે પોતાની ઇચ્છાઓ, આકાંક્ષાઓ, ન્યૂનતાઓ, ક્ષમતાઓને સમજવી, પોતાની ઇચ્છાઓ તથા આકાંક્ષાઓ સંતોષવા માટે પોતાનામાં કેટલીક યોગ્યતા અને ક્ષમતા છે તે જાણવું જરૂરી છે. જ્યારે આકાંક્ષાઓ યોગ્યતાઓથી વધી જાય છે અને તેને સંતોષવામાં પોતાની વાસ્તવિક્તાઓનો સામનો વ્યક્તિ નથી કરી શકતી ત્યારે નિરાશા ઉત્પન્ન થાય છે. આ નિરાશાથી બચવા માટે વ્યક્તિ અવૈધ અને અમાનવીય સાધનો તરફ વળે છે

અથવા તો સંસાર સમાજથી અલિપ્ત રહેવાનો પ્રયત્ન કરે છે. આ બંને સ્થિતિઓ માનસિક અસ્વસ્થતાની યોગ્યતાઓ વચ્ચેનું અસમતુલન પોતાની યોગ્યતાઓ, ન્યુનતાઓ, ક્ષમતાઓ તેમજ મર્યાદાઓને સમજવી એટલું જ પૂરતું નથી પરંતુ તેને સ્વીકારવું એ પણ જરૂરી છે. જે વ્યક્તિ જાતને સ્વીકારતી નથી તે સતત તનાવની સ્થિતિમાં રહે છે, જે માનસિક સ્વાસ્થ્ય માટે ઘાતક બને છે.

૪.૪ બીજાને સમજવું :-

પોતાના વિચારો તથા ભાવોને અત્યાધિક મહત્ત્વ આપવું અને બીજાંઓના વિચારો તથા ભાવોને નિમ્ન સમજી તેની અવગણના કરવી એ વૃત્તિ મનમાં પ્રબળબની જાય છે, એના ફળ સ્વરૂપે વ્યક્તિ માનસિક અસમતોલનનો શિકાર બની જાય છે. બીજાને સમજવા, સહન કરવા અને સ્વીકારવાથી માનસિક સમતોલનમાં સહાયતા મળે છે અને સામાજિક સમાયોજન સરળ બની જાય છે. માનસિક સ્વાસ્થ્ય માટે બીજાંને સમજવું તેમજ બીજાના વિચારો અને ભાવોનો યથોચિત આદર કરવો અત્યંત આવશ્યક છે.

૪.૫ સંરક્ષણની લાગણી :-

માનસિક અસ્વસ્થતા સંરક્ષણ લાગણીનો અભાવ સૂચવે છે. જે બાળકોનું પાલનપોષણ સ્વસ્થ અને સમતોલિત પરિવેશમાં નથી થતું અર્થાત્ જે બાળકોનું પાલનપોષણ માતા-પિતા તેમજ પરીવારના સભ્યોના પરસ્પર કંકાસની વચ્ચે થાય છે તે બાળક પોતાની જાતને અસુરક્ષિત અનુભવે છે. આવા બાળકો સમસ્યારૂપ બની જાય છે. તેમનામાં અપરાધવૃત્તિ વિકસિત થવા માંડે છે. આનાથી ઉલટું જે બાળકોને સ્નેહ, પ્રેમ અને સ્વીકૃતિ મળે છે તે સ્વસ્થ માનસિકતા તરફ આગેકૂચ કરે છે.

૪.૬ હકારાત્મક વિચાર :-

વ્યક્તિએ જીવન પ્રત્યે હકારાત્મક દ્રષ્ટિકોણ અપનાવવો જોઇએ. પોતાની અયોગ્યતાઓને જાણીને પરિસ્થિતિઓની સામે નિષ્ક્રિય ન થવું જોઇએ. માણસમાં જેટલી

યોગ્યતાઓ અને ક્ષમતાઓ છે તેના વિકાસ માટે પૂરતો પ્રયત્ન કરવો જોઇએ. નકારાત્મક દ્રષ્ટિકોણ ધરાવનાર વ્યક્તિ પોતાને માટે અને બીજાને માટે અનેક માનસિક ગૂંચવણો ઊભી કરે છે. તે નિરંતર ભયની સ્થિતિમાં રહે છે. તે હંમેશા પોતાની જાતને અસુરક્ષિત સમજે છે. તેનામાં આત્મઘાતીવૃત્તિ વિકસિત થવાની શક્યતા છે. આ બધાં લક્ષણો માનસિક આરોગ્યના છે એટલે જીવન પ્રત્યેનો હકારાત્મક દ્રષ્ટિકોણ માનસિક સ્વાસ્થ્યના વિકાસમાં સહાયક બને છે.

૫ તંદુરસ્ત વ્યક્તિત્વના લક્ષણો

૫.૧ વ્યક્તિ અને તેના સામાજિક વાતાવરણનો પરસ્પર સંતોષ:-

વ્યક્તિના યોગ્ય વિકાસમાં મુખ્યત્વે વ્યક્તિત્વના સમાયોજનના સ્વરૂપ પર ખાસ ભાર મૂકવામાં આવે છે. તંદુરસ્ત વ્યક્તિત્વ એટલે સુસમાયોજિત વ્યક્તિત્વ. માનસિક સ્વાસ્થ્યની દ્રષ્ટિએ વ્યક્તિત્વને સમજવાનો પ્રયત્ન કરવામાં આવે છે.

મનોવૈજ્ઞાનિકો સમાયોજનના આ સ્વરૂપ અને વાતાવરણ બંને એકબીજા પાસેથી કેટલીક અપેક્ષાઓ રાખે છે. જ્યાં આ પ્રકારની પરસ્પરની અપેક્ષાઓ મોટા પ્રમાણમાં સંતોષવાની હોય, તે પ્રકારના સંબંધને સુસમાયોજિત સંબંધ ગણી શકાય. જ્યાં સમાયોજનની ખામી છે ત્યાં વ્યક્તિની પોતાની જરૂરીયાત સંતોષવામાં બહુ સફળતા મળતી નથી. તેમજ સમાજને મન પણ તે વ્યક્તિ પાસેથી તેની અપેક્ષિત જવાબદારીઓ સંતોષપૂર્વક અદા ન થવાથી તે વ્યક્તિનું બહુ મહત્ત્વ રહેતું નથી.

માનસિક સ્વાસ્થ્યની દ્રષ્ટિએ જ્યારે યોગ્ય વ્યક્તિત્વનો વિચાર કરવાનો હોય ત્યારે સમાજ અને વ્યક્તિના પરસ્પરના એકબીજા તરફથી મળતાં સંતોષને મુખ્ય નિર્ણાયક પરીબળ ગણવું જોઇએ.

૫.૨ વ્યક્તિત્વની વિશિષ્ટ શકિતઓનો યોગ્ય વિકાસ :-

વ્યક્તિત્વની વિશિષ્ટ શક્તિઓનો જ્યાં સુધી યોગ્ય વિકાસ થયો હોતો નથી, ત્યાં સુધી વ્યક્તિ સમાજની અપેક્ષાઓ સંતોષવાનું કાર્ય બહુ સારી રીતે કરી શકતો નથી. એક રીતે જોઇએ તો સમાજ જો વ્યક્તિને યોગ્ય રીતે વિકાસ પામવાની સુવિધા આપે તો જ તે વ્યક્તિ ક્રિયાશીલ બની શકે છે. કેમ કે તેણે સમાજને મદદરૂપ બની શકવા જેટલી વિશિષ્ટ શક્તિઓ કેળવી લીધી હોય છે.

કોલમેને યોગ્ય વ્યક્તિત્વની ચર્ચા કરીને તેમાં કેટલાંક મુદ્દાઓનો સમાવેશ કર્યો છે.

યોગ્ય વ્યક્તિત્વ એટલે આગળ બતાવ્યા પ્રમાણે વ્યક્તિત્વની સુષુપ્ત શક્તિઓનો સામાજિક દ્રષ્ટિએ યોગ્ય વિકાસ પામેલુ વ્યક્તિત્વ. આ સુષુપ્ત શક્તિઓના યોગ્ય વિકાસમાં વ્યક્તિની બૌધ્ધિક, શારીરિક અને આવેગાત્મક શક્તિઓનો મોટો ફાળો છે. તેથી સામાજિક દ્રષ્ટિએ ઉપયોગી નીવડી શકે તેવી રીતે તેમનો વિકાસ કરવાનું કોલમેન કહે છે.

૫.૩ આવેગાત્મક પાસાંનો યોગ્ય અને ઊંડો વિકાસ :-

જો વ્યક્તિએ સમાજમાં એક જવાબદાર વ્યક્તિ તરીકે પોતાની જવાબદારીઓ યોગ્ય રીતે પુરી કરવી હોય તો, તેનામાં આવેગની સંવેદનશીલતા હોવી જોઇએ એટલે કે તેની આજુ-બાજુ જે કાંઇ બનતું હોય તેનો પરિચય મેળવ્યા પછી તે બનાવના સ્વરૂપ પરથી તેને અનુલક્ષીને કંઇક કરી છુટવા માટેની યોગ્ય લાગણી તેનામાં ઉત્પન્ન થવી જોઇએ. જ્યાં વ્યક્તિ કોઇપણ પ્રકારનું કાર્ય કરવા પ્રેરાતી નથી બીજા શબ્દોમાં કહીએ તો દરેક પ્રકારના સામાજિક કાર્ય માટે વ્યક્તિની સંવેદનશીલતા એક પ્રકારના પ્રોત્સાહન અને કાર્યપ્રેરક પરીબળ તરીકે કામ કરે છે. તેથી બાળકમાં નાની ઉંમરથી જ પોતાની આજુ-બાજુ બનતાં બનાવો પ્રત્યે એક પ્રકારની સંવેદનશીલતા કેળવવી, તે તેના વડીલોની એક ફરજ બની રહે છે.

આ સંવેદનશીલતાના શિક્ષણમાં કયા બનાવને સારો ગણવો, કયા બનાવને ખરાબ ગણવો, કયા બનાવને આનંદપ્રેરક ગણવો, કયા બનાવને અપમાનજનક ગણવો વગેરેનું શિક્ષણ હોઇ શકે. બાળકને નાની ઉંમરમાંથી જ તેના કુટુંબમાંથી તેને શીખવવામાં આવતું હોય તો બાળકમાં સંવેદનશીલતા સારી રીતે કેળવી શકાય છે. ખાસ કરીને પોતાના સ્વકેન્દ્રિત અનુભવો ઉપરાંત અન્ય વ્યક્તિઓના અનુભવો પ્રત્યે પણ તેણે કેવું વલણ દાખવવું તે હકીકત બાળકના સામાજિકરણમાં આવી જાય છે.

જે બાળકમાં આ પ્રકારની લાગણીની ઉંડી સંવેદનશીલતા વિકાસ પામી હોતી નથી. તેઓ વિકૃતિ મનોવિજ્ઞાનની દ્રષ્ટિએ ચારિત્ર્યની ખામીવાળા બાળકો બને છે. તેથી સંવેદનશીલતા યોગ્ય વિકાસને વ્યક્તિના વિકાસનું એક અગત્યનું પાસું ગણવું જોઇએ.

૫.૪ લાગણીનો યોગ્ય આવિષ્કાર અને તેનુ યોગ્ય નિયંત્રણ :-

બાળકમાં એક વખત સંવેદનશીલતા જાગ્રત થાય તેનો અર્થ એમ નથી કે સંવેદનશીલતાનો આવિષ્કાર પોતાની મરજી પ્રમાણે ગમે ત્યારે અને ગમે તેવી રીતે કરવાની બાળકને છૂટ છે. દરેક સમાજની આ કાર્ય માટેની પણ પોતાની આગવી પધ્ધતિ હોય છે.

વ્યક્તિ તે પધ્ધતિ પોતાના આવેગના આવિષ્કાર માટે અપનાવે તેવો આગ્રહ સમાજ રાખે છે. દા.ત. ગુજરાતી સમાજમાં વડીલો સામેનો રોષ મુક્ત રીતે વ્યક્ત કરી શકાતો નથી, તેવી જ રીતે પુખ્ત ઉંમરના પુરૂષો પોતાના દુઃખની લાગણીને મુક્ત રીતે વ્યક્ત કરી શકતા નથી. તદ્ઉપરાંત ક્રોધમાં પણ પોતાનાથી મોટી ઉંમરની વ્યક્તિઓ સાથે કોઇપણ વ્યક્તિ મન ફાવે તે રીતે વર્તી શકતી નથી.

ટૂંકમાં કહીએ તો આપણા સમાજમાં ક્રોધ, દુઃખ, ભય અને આનંદ જેવા આવેગો પર નિયંત્રણ મૂકવામાં આવે છે. તેથી બાળકને નાનપણથી જ એક બાજુ સંવેદનશીલતા શીખવવાની હોય તો, તેની સાથે તે જે લાગણી અનુભવે છે તેના આવિષ્કારની પધ્ધતિ અને માત્રા પણ તેને શીખવવી જોઇએ. જો તેમ કરવામાં ન આવે તો બાળકનું વર્તન આવેગના આવિષ્કારની દ્રષ્ટિએ નિરંકુશ બની જાય છે. એક વખત આમ બને પછી મોટી ઉંમરે તેના વર્તન પર નિયંત્રણ લાવવાનો પ્રયત્ન વર્તન વિકૃતિની શક્યતાઓ ઉપસ્થિત કરે છે. તેથી નાની ઉંમરમાંથી સામાજિકરણના એક ભાગ તરીકે આવેગનો યોગ્ય અને અંકુશિત આવિષ્કાર પણ વ્યક્તિના સમાયોજનની દ્રષ્ટિએ મહત્ત્વનો છે.

૫.૫ લાગણીનો ક્રિયાત્મક દ્રષ્ટિએ યોગ્ય ઉપયોગ :-

વ્યક્તિની લાગણી તેના વર્તન માટે પ્રેરણા તરીકે કામ કરે છે. એટલે કે વ્યક્તિને સક્રિય કરવા માટે કેટલીક વખત લાગણી અગત્યનો ભાગ ભજવે છે.

વ્યક્તિ જ્યારે લાગણી અનુભવે છે ત્યારે તેના કોઇ અનુભવને અનુલક્ષીને ઉદ્ભવી હોય છે. એટલે કે વ્યક્તિ જો ગુસ્સાની લાગણી અનુભવે તો, ગુસ્સાના ઉદ્ભવ માટે પણ કોઇ

જવાબદાર પરીબળ હોય છે. તેવી જ રીતે દુઃખની લાગણી માટે કે આનંદની લાગણી માટે તેના ઉદ્‌ભવસ્થાનો હંમેશા કાર્ય કરતાં હોય છે.

લાગણીની ઉત્પત્તિ માટે કોઇને કોઇ પરીબળ હંમેશા જવાબદાર હોય છે. પરંતુ એક વખત લાગણી ઉદભવ્યા પછી લાગણી પ્રેરીત વર્તનને યોગ્ય માર્ગદર્શન કેવી રીતે આપવું તેની યોગ્ય દિશાઓ કેવી રીતે નક્કી કરવી અને તેને કેવી રીતે યોગ્ય દિશામાં વાળવું તે પણ એક અગત્યની બાબત છે.

આ હકીકતમાં એક અગત્યનો મુદ્દો એ છે કે અહીં વ્યક્તિએ કેવળ લાગણીના ઉદ્‌ભવ અને આવિષ્કાર પર જ નિયંત્રણ રાખવાનું નથી. પરંતુ તે લાગણીને અનુલક્ષીને જ્યારે કાર્ય કરવાનો પ્રશ્ન ઉપસ્થિત થાય ત્યારે કાર્ય તેણે કેવી રીતે કરવું જોઇએ તે બાબત પણ સમાયોજનની દ્રષ્ટિએ મહત્વની છે. તેને લીધે એક બાજુ તેની લાગણીને આવિષ્કાર મળે છે. બીજી બાજુ જે કાર્ય દ્વારા લાગણી વ્યક્ત થતી હોય તે કાર્ય પણ સામાજિક દ્રષ્ટિએ ઉપયોગી નીવડી શકે છે.

૫.૬ વિકૃત લાગણીને હલ કરવાની શક્તિ :-

દરેક વ્યક્તિની બધી જ લાગણીઓ હંમેશા માનસિક સ્વાસ્થ્યની દ્રષ્ટિએ તંદુરસ્ત ગણી શકાય એવી હોતી નથી. દરેક વ્યક્તિના એવા કેટલાંય અનુભવો હોય છે જેમાં તેને અન્ય વ્યક્તિઓ પ્રત્યે કાં તો અસામાજિક અથવા અનૈતિક લાગણીનો અનુભવ થતો હોય છે. એક કુટુંબના ભાંડુઓમાં ઇર્ષ્યાની લાગણી એ આ સંદર્ભમાં એક બહુ જાણીતો દાખલોછે

આજ પ્રકારની પરિસ્થિતિ વ્યક્તિઓને પોતાના જીવન માં વારંવાર અનુભવવી પડતી હોય છે અને તેને આધારે તેઓ કેટલીક વખત જો યોગ્ય નિર્ણય ન લઇ શકે તો તેમાંથી વર્તન વિકૃતિ ઉત્પન થવાની શક્યતા રહેલી છે. આ પ્રકારની લાગણીનો ઉદ્‌ભવ મનોવૈજ્ઞાનિક રીતે બે પ્રકારે હલ કરી શકાય છે. પહેલું વ્યક્તિના મનમાંથી આવી કોઇપણ પ્રકારની વિકૃત લાગણીનો અનુભવ અનૈતિક છે. તેવો ભય પહેલેથી જ કાઢી નાંખવો જોઇએ. એક મનુષ્ય તરીકે દરેક વ્યક્તિ આવા અનુભવ કરતી હોય છે તે હકીકત અહીં સ્પષ્ટ કરવી જોઇએ.

તે પછી બીજા તબક્કામાં આ પ્રકારની લાગણીના ઉદ્‌ભવ માટેના જવાબદાર પરીબળો શોધી કાઢીને કઇ રીતે તેમને નિયંત્રિત કરી શકાય તે વ્યક્તિએ સમજવું જોઇએ. આ પ્રકારની લાગણીનું અસ્તિત્વ સાર્વત્રિક છે. કેવળ એક જ વ્યક્તિ પૂરતું મર્યાદિત નથી. તે સમજવાથી પણ દર્દીના મન માંથી પોતાની વિકૃત લાગણી વિશેનો ભય ઓછો થઇ જાય છે

આજ હકીકત જ્યારે માનસિક સ્વાસ્થ્યની દ્રષ્ટિએ વિચારવામાં આવે છે ત્યારે તેનો અર્થ એમ કરી શકાય કે, બાળકોને તેમના દ્રષ્ટિબિંદુ કેળવતા શીખવવું જોઇએ. ભવિષ્યમાં પણ કોઇપણ પ્રસંગે કોઇ અનિચ્છનીય લાગણીનો અનુભવ થાય ત્યારે બાળકને તેનો માનસિક આઘાત બહુ તીવ્ર બને નહિં.

૫.૭ વિધાયક આવેગોને યોગ્ય પ્રોત્સાહન પુરું પાડવું :-

માનસિક સ્વાસ્થ્યની દ્રષ્ટિએ વ્યક્તિ કેવી રીતે રોગમુક્ત બની શકે એ જ મહત્વનું નથી. પરંતુ તે સાથે પોતાની લાગણીઓ અને આવેગો કેવી રીતે યોગ્ય માર્ગે વાળીને લાગણીના વિકાસને સંપૂર્ણ બનાવી શકાય તે ખૂબ જ જરૂરી છે. માનસિક સ્વાસ્થ્યની દ્રષ્ટિએ વ્યક્તિ મનોસામાજિક દ્રષ્ટિએ કેવી રીતે વધુ ક્રિયાશીલ બનવું, પોતાના વ્યક્તિત્વને વધુમાં વધુ વિક્સાવવું એ પણ મહત્વની બાબત છે. આ બાબતને વાસ્તવિક રૂપ આપવા માટે બાળકોને બાળપણથી જ બીજાં લોકોની હાજરી સહન કરતાં શીખવવું જોઇએ. તેના હક, ફરજ અને જવાબદારીઓથી વાકેફ કરવા જોઇએ. કેટલાંક અભ્યાસીઓ વ્યક્તિના સ્વપ્રત્યક્ષીકરણને તેના વ્યક્તિત્વ નો એક મહત્ત્વનો મુદ્દો ગણાવે છે.

સ્વપ્રત્યક્ષીકરણનોઅર્થ:- વ્યક્તિએ પોતાના સમગ્ર વ્યક્તિત્વ વિશેનું શક્ય તેટલુ જ્ઞાન મેળવવું. તેમાં વ્યક્તિની કેવળ શારીરિક, માનસિક શક્તિઓ જ નહિં, પરંતુ તે જેને પોતાની ગણે છે તેવી અન્ય વ્યક્તિઓ, પદાર્થો અને તેના મૂલ્યોનો સમાવેશ કરવામાં આવે છે. આ પ્રકારનું સ્વ પ્રત્યક્ષીકરણ વ્યક્તિના વર્તન માટે તેના માપદંડ તરીકે કામ કરે છે. વ્યક્તિ કોઇ નાનું કે મોટું કામ હાથ પર લે ત્યારે તે સર્વ પ્રથમ તે કાર્યને અનુલક્ષીને પોતાની શક્તિ મર્યાદાને

પોતાના દ્રષ્ટિબિંદુથી તપાસે અને પછી જો એમ લાગે કે તે પોતે તે કાર્ય સારી રીતે કરી શકશે, તો જ તે હાથ પર લે છે.

૫.૮ સુગ્રથિત વ્યક્તિત્વ :-

સુગ્રથિત વ્યક્તિત્વ એટલે વ્યક્તિત્વના વિવિધ પાસાંઓનો પરસ્પર સમાયોજિત સમન્વય. આ વ્યાખ્યા બતાવે છે કે જ્યારે વ્યક્તિત્વનો વિચાર કરવામાં આવે, ત્યારે તેના વિવિધ પાસાં પરસ્પર એકબીજાંની સાથે તેવી રીતે સંકળાયેલા છે અને એક પાસું અન્ય પાસાંઓના કાર્યમાં મદદકર્તા બને છે કે પછી વિઘ્નકર્તા તે હકીકત પર ખાસ ભાર મૂકવો જોઇએ. દા.ત. એક વ્યક્તિ એક સાથે અન્ય વ્યક્તિઓને મદદ કરવાની ભાવના તેમજ બીજાંની સાથે તીવ્ર હરીફાઇની ભાવના અસ્તિત્વ ધરાવતી હોય તો કહી શકાય કે આ બંને ભાવનાઓ એક સાથે હોવાથી તે વ્યક્તિનું વર્તન તેના વાતાવરણની સાથે યોગ્ય રીતે સમન્વય સાધી શકે નહિં કારણ કે એક ભાવનાના કાર્ય માટે હાનિકારક છે.

માનસિક આરોગ્યની દ્રષ્ટિએ, વ્યક્તિત્વના વિકાસમાં એક હકીકત પર ખાસ ભાર મૂકવો જોઇએ કે એક જ વ્યક્તિત્વમાં પરસ્પર વિરોધી જરૂરીયાતોનું અસ્તિત્વ જેમ બને તેમ ઓછું હોવું જોઇએ. આ પ્રકારની પરિસ્થિતિની સંપૂર્ણ ગેરહાજરી શક્ય નથી. પરંતું તેને શક્ય તેટલી મર્યાદિત કરવી તે કાર્ય વડીલોના, સમાજ સુધારકોના, શિક્ષકો અને મનોવૈજ્ઞાનિકોના હાથમાં છે.

૫.૯ અન્યની વિશિષ્ટ આવડત તેમજ સારાં કાર્યોની કદર કરવાની શક્તિ :-

આપણાંમાં ઘણાં લોકો અન્ય વ્યક્તિઓના સરસ કાર્યોથી પ્રભાવિત થાય છે. અન્યની બુધ્ધિ વિષે આદરભાવ ધરાવે છે. અન્ય વ્યક્તિના વ્યક્તિત્વના ખાસ કદર કરવા જેવા કોઇ ગુણ હોય તો તેને સમજી શકે છે. પરંતુ આટલી સમજણ હોવા છતાં આ સમજણને વ્યક્ત કવી રીતે કરવી તેની આવડત આપણાં બધાંમાં એક સરખાં પ્રમાણમાં હોતી નથી. અન્યની સારી

શક્તિ તેમજ સારાં કાર્યોની સાચી કદર કરવી એટલું જ નહિ પરંતુ પોતે કદર કરી છે તે સામાને જણાવવું તે પણ એક કળા છે.

સામાજિક આંતરક્રિયામાં અન્ય વ્યક્તિઓ સાથેના સમાયોજન માટે આ કુશળતા બહુ જ ઉપયોગી બની શકે છે. અહીં એક વાત પણ ધ્યાનમાં રાખવાની છે કે જ્યારે વ્યક્તિની શક્તિની કદર કરવાનો પ્રશ્ન ઉપસ્થિત થાય, ત્યારે તેનો અર્થ એમ નથી કે સામી વ્યક્તિ ગમે તે કાર્ય કરે અને ગમે તેવી રીતે કરે છતાં તેણે સારું જ કર્યું છે તે કહેવું તે એકજાતના ખોટાં વખાણ છે. સામાન્ય બુધ્ધિશાળી વ્યક્તિ પણ તરત જ સમજી શકે છે. આ પ્રકારના ખોટાં વખાણ કરવાની ટેવ સામાન્ય રીતે ખુશામત કરવાની ટેવ તરીકે જાણીતી છે. તેને મનોવૈજ્ઞાનિક દ્રષ્ટિએ સારી ટેવ ગણવામાં આવતી નથી. કારણ કે તેમાં ખુશામત કરનાર અને સંભાળનાર બંને માંથી કોઇને લાંબેગાળે ફાયદો થવાની શક્યતા નથી.

ખુશામત કરનાર વ્યક્તિ એક સાથે ઘણાંના આ પ્રકારના વખાણ કરતી હોવાથી તેને ખુશામતની કોઇ કિંમત રહેતી નથી. તેવી જ રીતે ખુશામત સાંભળનાર વ્યક્તિને પણ આ પ્રકારની વાતચીતમાંથી પોતાની જાત વિશે કાંઇ સાચું જ્ઞાન પ્રાપ્ત થતું નથી.

તેથી ખુશામતને બદલે સાચી કદર કરવાની ટેવનો વિચાર કરીએ ત્યારે તેમાં કેવળ સામી વ્યક્તિના કાર્યના વખાણ જ હોતાં નથી, પરંતુ તેના કાર્યમાં વખાણ કરવા જેવું શું છે અને શા માટે તે વખાણ કરવા જેવું છે તેની સ્પષ્ટતા તેમાં આવી જાય છે. આ પ્રકારની ટેવનો વિકાસ કરવા માટે અન્ય વ્યક્તિઓના વર્તનનો અભ્યાસ કરવાની શક્તિનો વિકાસ આવશ્યક છે. તદ્ઉપરાંત કયું કાર્ય સારું ગણવું અને કયું કાર્ય ખોટું ગણવું તે માટેના કારણો નક્કી કરવાની વિવેકબુધ્ધિ પણ તેમાં આવી જાય છે. આ પ્રકારના વખાણ વાસ્તવિક દ્રષ્ટિથી કરવામાં આવે તો તે વારંવાર કરી શકાતાં નથી. તેને માટે ચોક્કસ પરિસ્થિતિ જોઇએ, ચોક્કસ કાર્ય જોઇએ અને કાર્યનું મૂલ્યાંકન કરવાની શક્તિ જોઇએ.

પરંતુ એક વખત આ શક્તિ કેળવ્યા પછી પણ આગળ બતાવ્યા પ્રમાણે જો તે સામી વ્યક્તિને બતાવવામાં જ ન આવે તો શક્ય છે કે અન્ય વ્યક્તિઓને સામી વ્યક્તિ પોતાના

વિશે શું ધારે છે તેનો ખ્યાલ આવી શકતો નથી. પરિણામે આ પ્રકાર ના સામાજિક સંબંધોમાં આત્મીયતા બંધાતી નથી. વ્યક્તિના સામાજિક સંબંધો આ દ્રષ્ટિએ જોઇએ તો કંઇક અંશે મર્યાદિત બને છે. તેથી જ સામાજિક સમાયોજનમાં મુખ્ય બે હકીકતો પર ચિકિત્સા મનોવૈજ્ઞાનિકો ખાસ ભાર મૂકવાનો આગ્રહ રાખે છે.

(૧) અન્ય વ્યક્તિઓના કાર્યના સારાં-નરસા પાસાંઓને વાસ્તવિક રીતે જોવાની શક્તિ કેળવવી.

(૨) પોતે સામી વ્યક્તિની કોઇપણ શક્તિની કદર કરી છે તે હકીકતનો આવિષ્કાર સામી વ્યક્તિને સ્પષ્ટ રીતે સમજાય તેવી રીતે કરવો.

આ પ્રકારના વર્તનની મુખ્યત્વે કુટુંબમાં વડીલો, વ્યાપારમાં અને વ્યવસાયમાં ઉપરી અધિકારીઓ, શાળામાં શિક્ષકો વગેરે પાસેથી અપેક્ષા રાખવામાં આવે છે. તેથી તેમની આ ફરજ ગણી શકાય કે તેમણે શક્ય તેટલી વિવેકશક્તિ વાપરીને યોગ્ય રીતે કરવું. પરંતુ એક હકીકત ભૂલવી જોઇએ નહિં કે જો આ ટેવ નાનપણથી જ ન હોય તે ટેવ બહું મોટી ઉંમરે વિકસાવી શકાતી નથી. તેથી બાળકમાં નાનપણથી જ અન્યના કાર્યની કદર કરવાની ટેવ પાડી હોય તેમજ તેના કાર્યની યોગ્ય કદર કરીને યોગ્ય કાર્યની યોગ્ય કદર કરવાનો પ્રત્યક્ષ દાખલો પૂરો પાડ્યો હોય તો આ ટેવનો વિકાસ બહું મુશ્કેલ બનતો નથી.

૫.૧૦ દામ્પત્યજીવન અને કૌટુંબિક પરીબળોનો માનસિક સ્વાસ્થ્યમાં ફાળો :-

એક રીતે જોઇએ તો દામ્પત્યજીવન એ પતિ-પત્નીએ સાથે હાથમાં લીધેલું એકસાથે એકબીજાંને મદદરૂપ બનશે, જીવનમાં તમામ વિઘ્નોનો સામનો કરવાનું કાર્ય છે. તેથી તે સંબંધ જો યોગ્ય રીતે વિકાસ પામ્યો હોય તો જીવન એક ઉત્તમ મૈત્રીનો દાખલો પૂરો પાડે છે. પતિ-પત્ની જો સમજદારી પૂર્વક સહકારભર્યું જીવન જીવતાં હોય તો આ ફરજ ઘણી સારી રીતે અદા થઇ શકે છે. કોલમેનના બતાવ્યા પ્રમાણે અમેરિકામાં મંદ મનોવિકૃતિના દર્દીઓમાંના લગભગ ૬૫ ટકા જેટલાં દર્દીઓ અપરણીત હોય છે અથવા છુટાછેડા લીધેલા હોય છે. બીજાં

શબ્દોમાં કહીએ તો તેમને યોગ્ય જીવનસાથી કાંતો હજી મળ્યો નથી અથવા મળ્યા પછી પણ તેમના વ્યક્તિત્વની વિકૃતિને લીધે તેઓ પરસ્પર અનુકૂળ થઇને એક સાથે રહી શક્યા નથી.

લગ્નજીવન એક રીતે જોઇએ તો પતિ-પત્ની પર એકસાથે શારીરિક, માનસિક, સામાજિક અને નૈતિક ફરજો નાંખે છે. આમાંની કેટલીક ફરજો અદા કરવામાં કેટલીક વખત પતિ અથવા પત્ની વિવિધ પ્રકારનાં કારણોને લીધે અશક્તિમાન બને છે. જીવનમાં કેટલીક વખત આઘાતજનક પ્રસંગો બનતાં હોય છે. દા.ત. બાળકનું અણધાર્યું મૃત્યુ, કુટુંબમાં આવેલી એકાએક મોટી આર્થિક ખોટ અથવા નોકરીમાંથી પતિને ફરજિયાત આપવું પડેલું રાજીનામુ વગેરે. આવા પ્રસંગો સામાન્ય સંજોગોમાં કુટુંબમાં તીવ્ર માનસિક સંઘર્ષ ઊભો કરે છે. આ પરિસ્થિતિમાં જો વ્યક્તિ તદ્દન એકલી હોય અને આ મુશ્કેલીમાં તેને સહાનુભૂતિ આપવા માટે અન્ય કોઇપણ વ્યક્તિ હાજર ન હોય તો શક્ય છે કે આ પ્રકારની એકલ પરિસ્થિતિમાં વ્યક્તિ આઘાત સહન કરી શકતી નથી. તેનું પરિણામ આગળ બતાવ્યા પ્રમાણે કેટલીક વખત મંદ મનોવિકૃતિમાં અથવા આઘાતજન્ય મનોવિકૃતિમાં આવે છે. આ પ્રસંગે એક ચિકિત્સા મનોવિજ્ઞાનનું હોવું ખૂબ જ જરૂરી છે અને તે જે મુશ્કેલી હોય છે તેનો વૈજ્ઞાનિક દ્રષ્ટિકોણથી ઉકેલ લાવે છે.

આ સમયે ચિકિત્સા મનોવૈજ્ઞાનિકોએ બતાવ્યું છે કે વ્યક્તિ એક સારાં કુટુંબમાં રહેતી હોય અને તેના મિત્રો તેમજ આજુ-બાજુંના કૌટુંબિક સભ્યો તેની પ્રત્યે સહાનુભૂતિ ધરાવતાં હોય તો તે આ પ્રસંગે સહાયક મનોચિકિત્સકનું કાર્ય કરે છે. વ્યક્તિને આશ્વાસન આપે છે. અન્યના ઉદાહરણો આપે છે, જે કોઇ મુશ્કેલી આવી હોય તેને સમજવાનો પ્રયત્ન કરે છે અને તેમાંથી રસ્તો કાઢવા માટે વ્યક્તિએ શું કરવું જોઇએ તે અંગે માર્ગદર્શન આપે તો વ્યક્તિએ મનોચિકિત્સક પાસે જવાની જરૂર રહેતી નથી. આ બતાવે છે કે વ્યક્તિના જીવનમાં સહાનુભૂતિભર્યું યોગ્ય કૌટુંબિક વાતાવરણ કેટલું મહત્વનું છે.

૫.૧૧ યોગ્ય વ્યાવસાયિક વાતાવરણ :-

કૌટુંબિક ક્ષેત્ર જેટલું અગત્યનુ સ્થાન વ્યક્તિના જીવનમાં તેનું વ્યવસાયક્ષેત્ર લે છે. વ્યક્તિએ અત્યાર સુધીમાં જે અભ્યાસ કર્યો હોય, જે કોઇ વિશિષ્ટ શક્તિઓ કેળવી હોય અને વિશિષ્ટ જ્ઞાન પ્રાપ્ત કર્યુ હોય તેનો યોગ્ય ઉપયોગ કરવાની તેને વ્યાવસાયમાં તક મળે છે. વ્યક્તિને યોગ્ય વ્યવસાય મળ્યો હોય તો તેમાંથી તેને માનસિક સંતોષ મળી રહે છે. આર્થિક નાંણાંકિય મદદ મળી રહે છે. સામાજિક દ્રષ્ટિએ જે વ્યક્તિઓ સારાં વ્યવસાયમાં કાર્ય કરતી હોય તેઓ સમાજમાં અન્યની દ્રષ્ટિએ ઊંચું સ્થાન ધરાવે છે.

ઔદ્યોગિક મનોવિજ્ઞાનમાં વિવિધ વ્યવસાયનું તેમાં સફળતા પ્રાપ્ત કરવા માટેની જરૂરી ગણાતી બુધ્ધિકક્ષા પ્રમાણે વર્ગીકરણ કરવામાં આવ્યું છે. જેમાં ડોક્ટર, વકીલો, સંશોધકો વગેરેને વ્યવસાયની દ્રષ્ટિએ સૌથી ઊચું સ્થાન આપવામાં આવ્યું છે. દૈનિક રોજી પર કામ કરતાં તેમજ કેવળ શારીરિક મજૂરી પર જ આધાર રાખતાં કામદારોને નીચું સ્થાન આપવામાં આવ્યું છે. આ બતાવે છે કે દરેક વ્યવસાયને તેમાં યોગ્ય આયોજન સાધવા માટે એક ચોક્કસ બુધ્ધિકક્ષાની જરૂર પડે છે. જો વ્યક્તિમાં આ બુધ્ધિકક્ષા હોય અને તે મુજબ વ્યવસાય મળ્યો હોય તો તેનું સમાયોજન સારું થઇ શકે છે. પરંતુ વ્યવસાયની બુધ્ધિકક્ષા અને વ્યક્તિની બુધ્ધિકક્ષા વચ્ચે ઘણો મોટો તફાવત હોય તો સમાયોજન થઇ શકતું નથી.

આ બતાવે છે કે વ્યક્તિ વ્યવસાયની દ્રષ્ટિએ હોવી જોઇએ તે કરતાં ઘણી વધારે બુધ્ધિશાળી હોય અથવા વ્યવસાય ની જરૂરીયાત કરતાં અત્યંત મર્યાદિત બુધ્ધિકક્ષા ધરાવતી હોય તો ત્યાં સમાયોજનના પ્રશ્નો ઉદ્‌ભવે છે. તેથી જેવી રીતે બાળકોના શૈક્ષણિક સમાયોજનમાં તેમની બુધ્ધિકક્ષા પર ભાર મૂકવામાં આવે છે. તેવી જ રીતે વ્યવસાય ક્ષેત્રે પણ વ્યક્તિની નિયુક્તિ કરતી વખતે તેની બુધ્ધિકક્ષાનો પણ ખ્યાલ મેળવી લેવો આવશ્યક છે. માનસિક સ્વાસ્થ્યની દ્રષ્ટિએ આ એક જરૂરી પગલું ગણાય છે.

જો કે આ હકીકત દેખાય છે તેટલી સરળ નથી. વ્યાવસાયિક સમાયોજનમાં વ્યક્તિની કેવળ બુધ્ધિ જ નહિ પરંતુ તેના વલણો, તેની ટેવો અને તેના વ્યક્તિત્વના અન્ય પાસાંઓ પણ મહત્ત્વનો ભાગ ભજવતાં હોય છે. પરંતુ બૌધ્ધિક પરિબળ એ અન્ય પરિબળોની

સરખામણીમાં એક અગત્યનું પરીબળ છે. તેની અન્ય પરીબળોની સાથે તેનો પણ ચોક્કસ ખ્યાલ મેળવીને તે અનુસાર વ્યક્તિને જો વ્યવસાય આપવામાં આવે તો શક્ય છે કે તે વ્યક્તિ માટે તેના ભવિષ્યના સમાયોજનના પ્રશ્નો નિવારી શકાય.

અહીં આપણે માનસિક રીતે સ્વસ્થ વ્યક્તિના કેટલાંક મહત્ત્વના લક્ષણોની ચર્ચા કરી. પરંતુ આ સંદર્ભમાં આપણે કેટલીક બાબતો ખાસ યાદ રાખવી જોઇએ કે માનસિક સ્વાસ્થ્ય નાં લક્ષણોની યાદી સંપૂર્ણ કે આખરી નથી. સ્વ-આવિષ્કાર, આવેગશીલતા, પ્રેમ અને જાતીયતા એવા બીજાં ઘણાં લક્ષણો એમાં ઉમેરી શકાય. આ લક્ષણોને આધારે માનસિક સ્વાસ્થ્ય નક્કી કરતી વખતે વર્ગભેદ અને સામાજિક-સાંસ્કૃતિક તફાવતોને પણ ધ્યાનમાં રાખવા જોઇએ. દા.ત. મેસ્લો માનસિક સ્વાસ્થ્ય માટે સ્વ-આવિષ્કારને ખુબ મહત્ત્વનું ગણે છે. પરંતુ શારીરિક શ્રમનું એકધારૂ કાર્ય કરનાર શ્રમિક વર્ગના લોકોને સ્વ-આવિષ્કારની તક મળતી નથી. એ જ રીતે જાતીયતા એ પણ માનસિક સ્વાસ્થ્યનું મહત્ત્વનું લક્ષણ છે. જાતીયતાના સંતોષ અંગેના આપણી સંસ્કૃતિના ધોરણો અને પશ્ચિમની સંસ્કૃતિના ધોરણો જુદાં છે. આપણાં દેશમાં લગ્ન બહારના સંબંધોમાં જાતીયતા સંતોષનાર વ્યક્તિ કદાચ અપરાધભાવના પણ અનુભવે તેવું થઇ શકે અને એ રીતે એના માનસિક સ્વાસ્થ્યને નુકસાન કરી શકે.

માનસિક સ્વાસ્થ્યવાળી વ્યક્તિના લક્ષણોની યાદીનો અભ્યાસ કરતી વખતે બીજી એક બાબત પણ ખાસ ધ્યાનમાં રાખવાની છે કે આ સર્વે લક્ષણો હાજર હોય તેવી આદર્શ વ્યક્તિ શોધવી મુશ્કેલ છે. આમાંના મોટાભાગના લક્ષણો આપણાંમાં હોય તો આપણે સારું માનસિક સ્વાસ્થ્ય ધરાવીએ છીએ, એમ કહી શકાય (ભટ્ટ, ૨૦૦૦).

"Personal adjustment is a process of interaction between ourselves & our environment."

"સમાયોજન એ આંતરક્રિયાની એક પ્રક્રિયા છે, એ સતત પ્રક્રિયા હોવાથી પૂર્ણ થતી નથી અને એ પ્રક્રિયામાં કાર્ય કારણ સંબંધો જોઇ શકાય છે." - **લેહનર અને ક્યુબ**

સમાજનો માનવી જીવનમાં સુખના સર્વોત્તમ શિખર સર કરવાનો પ્રયાસ કરી રહ્યો છે. સુખને પ્રાપ્ત કરવાની આ પ્રબળ ઝંખનામાં સૌથી મહત્ત્વની બાબત વાતાવરણ સાથેનું

સમાયોજન છે. વાતાવરણ સાથે પૂર્ણ સમાયોજન એ સુખની ચરમસીમા દર્શાવે છે. જીવનને અર્થપૂર્ણ બનાવવા માટેના જીવનના પ્રત્યેક તબક્કામાં અને પ્રત્યેક ક્ષેત્રમાં વ્યક્તિએ સમાયોજિત બનવાના પ્રયત્નો સતત ચાલું રાખવા પડે છે. સતત પરિવર્તનશીલ વાતાવરણ સાથે સમાયોજન સાધવાના અવિરત પ્રયાસોમાં વ્યક્તિએ પોતાની જાતમાં પરિવર્તન લાવવું પડે છે અથવા શક્ય હોય તો વાતાવરણને પણ બદલવું પડે છે. સમાયોજિત વ્યક્તિએ સારું માનસિક સ્વાસ્થ્ય ધરાવે છે

આમ, ઉપરોક્ત કોષ્ટકમાં ૧૦ સૌથી મધ્યુ મનોભારયુક્ત વ્યવસાયો વિશેની આપણને અહિંયા પ્રસ્તુત અભ્યાસ અંતર્ગત જાણકારી મળે છે. તેમાંથી પોલીસ ઓફિસરના માનસિક સ્વાસ્થ્યનો મનોવૈજ્ઞાનિક અભ્યાસ કરવાનો પ્રયાસ કર્યો છે.

૬ ઉપસંહાર

માનસિક સ્વાસ્થ્ય એ ખૂબ જ અગત્યનું અને નિર્ધારિક છે તેના વ્યક્તિ પોતાના માનસિક સંતુલનને વ્યવસ્થિત રીતે જાળવીને પોતાના રોજ-બરોજના તેમના અન્ય પડકારોને પહોંતી વળે છે. પ્રસ્તુત પ્રકરણમાં વિભિન્ન માનસિક સ્વાસ્થ્યને સમજવાનો પ્રયત્ન કરવામાં આવ્યો છે.

❖ **માનસિક સ્વાસ્થ્ય વિશેની પૂરક માહિતીઃ**

- આપણે શરીરના રોગોની તરત સારવાર લઈએ છીએ. તો પછી મનની પીડાનું શું ?

- શરીરના રોગો તો બહારથી દેખાય છે પણ દુઃખ, ચિંતા, ઉદાસી, બહારથી દેખાતા નથી.

- લોકોની ટીકાને કારણે દર્દી પોતાની તકલીફ કોઈને કહેતો નથી અને મનમાં ને મનમાં પીડાય છે.

- મનની દશા આપણા શરીર, કામધંધા અને સંબંધો પર અસર કરે છે.

- ઉદાસી, ટેન્શન, ગુસ્સો એ બી.પી., હૃદય રોગનો હુમલો કે ડાયાબીટીસ લાવી શકે છે.

- માનસિક રોગ ઘણા લોકોને હોય છે.

- ફેમીલી ડોક્ટર પાસે જતા ૧૦ થી ૨૦ ટકા દર્દીઓને ઉદાસી રોગ કે ચિંતા રોગ હોય છે.

- દર ચાર વ્યક્તિએ એક વ્યક્તિને જીવનમાં ક્યારેક તો માનસિક રોગ થાય છે.

- માનસિક રોગોથી સમાજ પર પડતો બોજ હૃદય રોગ કે કેન્સર કરતાં પણ વધારે છે.

- માનસિક અને મગજના રોગોનું પ્રમાણ હૃદય રોગ કે કેન્સર કરતાં વધારે છે.

- માનસિક રોગ કોઈને પણ થઈ શકે છે. સ્ત્રી-પુરુષ, શહેરી-ગ્રામીણ, ગરીબ-ધનવાન કોઈપણ ને.

- માનસિક રોગ કોઈપણ ઉંમરે થઈ શકે છે.

- માનસિક રોગોનાં કારણોઃ

૧. વિચારવાની રીત

૨. એકલાપણું

૩. નિંદા અને અપમાન

૪. ટેન્શન

- માનસિક રોગો થવાનાં સામાજીક કારણોઃ

૧. ઘરેલુ ઝઘડા

૨. નોકરી ગુમાવવી

૩. પૈસા-ટકાની મુશકેલી

૪. જાતીય સતામણી

- માનસિક રોગો થવાનાં શારીરિક કારણોઃ

૧. મગજમાં થતા ફેરફાર

૨. વારસાગત

૩. દારુ, તમાકુ, ચરસ, અફીણનું સેવન

- મગજની નસ દબાવાથી કે મગજમાં લોહી ઓછું પહોંચવાથી માનસિક રોગ થતા નથી.

- તંત્રમંત્ર, વળગાડ કે દેવી-દેવતાઓના કોપથી માનસિક રોગ થતા નથી.

- બહુ ભણવાથી કે જાતીય સુખ ન માણી શકવાથી માનસિક રોગ થતા નથી.

- મગજમાં થતા ફેરફાર, વિચારવાની રીત, પરિવાર અને સમાજની ઉપાધિ તેમજ વ્યસન જેવાં કારણોથી માનસિક રોગ થાય છે.

- માનસિક રોગ વારસામાં દરેક બાળકને થતો નથીઈ

- વારસાથી માનસિક રોગ થવાનું જોખમ ૧૦ થી ૪૦ ટકા જેટલું જ વધે છે.

- મોટા ભાગનાં માનસિક રોગ ધરાવતી વ્યક્તિનાં સંતાનો સ્વસ્થ હોય છે.

- માનસિક રોગ ધરાવતા લોકો વધારે મારામારી કે તોડફોડ કરે છે તે વાત ખોટી છે.

- માનસિક રોગો જુદા જુદા પ્રકારનાં હોય છે.

- ગંભીર માનસિક રોગો

૧. સ્કિઝોફ્રેનિયા

૨. મેનિયા. જે બે થી ત્રણ ટકા લોકોને થાય છે.

- વધુ જોવા મળતા માનસિક રોગો

૧. ઉદાસી રોગ

૨. ચિંતા રોગ

૩. વ્યસનનો રોગ. આ રોગો ૨૦ ટકા લોકોને થાય છે.

❖ **ઉદાસી રોગનાં લક્ષણો:**

- આ લક્ષણો બે અઠવાડિયા કરતાં લાંબો સમય ચાલે તો ઉદાસી રોગ હોઈ શકે.

- ઉદાસ રહેવું, જલ્દી ગુસ્સે થવું.

- કામ કાજ અને વાતચીતમાં મન ના લાગવું

- ઉંઘ બરાબર ના આવવી

- ભૂખ ન લાગવી અને વજનમાં ફેરફાર

- મરી જવાના વિચારો આવવા

- સુવાવડ પછી ૧૦ થી ૧૫ ટકા માતાઓને ઉદાસી રોગ થાય છે.

- ઉદાસ માતા બાળકને પ્રેમ અને હૂંફ આપી શકતી નથી.

- ઉદાસ માતાનાં બાળકનો પૂરતો વિકાસ થતો નથી.

- ઉદાસી રોગ ઈલાજથી મટી શકે છે.
- જીવન છે તો જીવો-
- મુશ્કેલી છે તો મદદ માંગો આપઘાત જ એક માત્ર રસ્તો નથી.
- તમે મરી જાઓ તો કુટુંબનું શું ?

❖ **તીવ્ર ચિંતા રોગનાં લક્ષણોઃ**

- તીવ્ર ચિંતા રોગમાં આ લક્ષણો દસ મિનીટમાં એકદમ વધી જાય છે પરંતુ ધીમે ધીમે ઓછાં થઈ દૂર થાય છે.
  1. પરસેવો થવો.
  2. ચક્કર આવવા
  3. ધબકારા વધી જવા અને ગભરામણ થવું
  4. શ્વાસ લેવામાં તકલીફ પડવી
  5. હાથપગમાં ખાલી ચડવી
  6. જીવ નીકળી જશે એવો ડર લાગવો
  7. તપાસ અને છાતીની પટ્ટી નોર્મલ આવે છે
- તીવ્ર ચિંતા રોગ ઈલાજથી મટી શકે છે.

❖ **ધૂન રોગનાં લક્ષણો**

૧. ધૂનરોગમાં કારણ વગર વ્યક્તિને એકનો એક વિચાર વારંવાર આવ્યા કરે છે. દા.ત.,

- હાથ ગંદા છે
- તાળું માર્યું કે નહીં
- પૈસા બરાબર ગણ્યા કે નહીં

૨. ધૂનરોગમાં વ્યક્તિને કારણ વગર એકનું એક કામ વારંવાર કરવું પડે છે. દા.ત.,

- વારંવાર હાથ ધોવા

- વારંવાર ચેક કરવું

- વારંવાર વસ્તુઓ ગણવી

ધૂન રોગનો ઈલાજ થઈ શકે છે.

❖ ચિંતા અને ટેન્શન શરીરને અસર કરે છે.
  - માથાનો દુઃખાવો
  - કમરનો દુઃખાવો
  - ચક્કર
  - અશક્તિ

❖ ૨૦ થી ૩૦ ટકા શારીરિક તકલીફો માનસિક કારણોથી હોઈ શકે છે.

❖ આ તકલીફો સમસ્યાના ઉકેલ અને દવાથી મટી શકે છે.

- ● **મેનિયાનાં લક્ષણો**
  - વધારે પડતા ખુશ રહેવું
  - ઓછું ઉંઘવું
  - વધુ વિચારો આવવા
  - પોતાને ખૂબ પૈસાદાર શક્તિશાળી અને મોટો સમજે
  - બોલ બોલ કરવું અને સલાહ આપવી

- ● **સ્કિઝોફ્રેનિયાનાં લક્ષણો**

૧. દર્દીને જાતજાતનાં ભ્રમ થાય છે.
  - બીજાને સંભળાતા ન હોય તેવા અવાજો સંભળાય છે. જેવાં કે,
    - ૧. તું પાપી છે
    - ૨. તને મારી નાંખીશું

૨. બીજાને દેખાય નહીં તેવી વસ્તુઓ કે પડછાયા દેખાય છે.

- મને લોકો મારવા આવી રહ્યા છે

૩. સ્કિઝોફ્રેનિયા રોગનાં લક્ષણો

- દર્દીને જાતજાતની શંકા, વહેમ થાય છે.

- કોઈએ ખાવામાં ઝેર નાંખ્યુ છે.

- લોકો મારી વાતો કરે છે.

૩. દર્દીના વર્તન, કામધંધા અને કુટુંબ સાથેના સંબંધો પર ઉંડી અસર થાય છે.

- ન્હાવા ધોવાનું અને કપડાનું ધ્યાન રાખી શકતો નથી.

- દર્દી કામ ધંધો કરી શકતો નથી.

❖ ડિમેન્શિયા રોગનાં લક્ષણો

- વાર, તારીખનો ખ્યાલ રહેતો નથી
- રસ્તો ભૂલી જવો
- ડિમેન્શિયા ઘડપણમાં થાય છે.
- ન્હાવા ધોવામાં, કપડાં પહેરવામાં તકલીફ પડે છે.
- મોટી ઉંમરે ઓળખવામાં તકલીફ પડે છે.
- રોગ વધતાં દર્દી સગાઓને પણ ઓળખી શકતો નથી.

❖ મંદબુધ્ધિનાં લક્ષણો

- નવ મહિના સુધીમાં પણ બેસતાં શીખતો નથી.
- દોઢ વર્ષ સુધીમાં પણ ચાલતાં શીખતો નથી.
- બે વર્ષ સુધીમાં પણ બોલતાં શીખતો નથી.
- ઉંમરની સરખામણીમાં બુધ્ધિ અને સમજણ ઘણી ઓછી હોય છે.
- દવાઓથી બુધ્ધિ વધારી શકાતી નથી.

❖ **વ્યસન એક રોગ છે. એનો ઈલાજ થઈ શકે છે.**

- વ્યસન મગજ, હૃદય, ફેફસાં, લીવરને બગાડે છે.
- વ્યસન કરનારાઓને માનસિક રોગ વધારે થાય છે.
- વ્યક્તિની વ્યસન છોડવાની ઈચ્છા સારવાર માટે ખૂબ જ જરુરી છે.
- વ્યસન દારુ લીવર, હૃદય, ફેફસાંને નુકસાન પહોંચાડે છે.
- દારુથી યાદશક્તિ નબળી થાય છે.
- દારુ નપુંસકતા લાવે છે.
- દારુનાં નશામાં ઈજા અને અકસ્માત થાય છે.
- દારુ મગજ અને શરીર બંનેને બરબાદ કરે છે.
- દરેક સીગારેટ આપણાં જીવનની પાંચ મિનિટ ઓછી કરે છે.
- સીગારેટ, બીડી, ગુટખાથી કેન્સર થાય છે.
- તમાકુ નપુંસકતા લાવે છે.

❖ **માનસિક રોગોથી થતું નુકસાન**

- વ્યક્તિ કામધંધો કરી શકતો નથી.
- પૈસા ટકાની તકલીફ પડે છે.
- ભણવામાં તકલીફ પડે છે.
- ઘરમાં ઝઘડા થાય છે.
- દર્દી વ્યસન કરવા માંડે છે.
- મરવાનું મન થાય છે.
- આપઘાત કરી બેસે છે.

❖ **સારવાર કરવવાનાં ફાયદા**

- સારવારથી દર્દી સાજો થઈને કામધંધો કરી શકે છે.
- સારવારથી દર્દીને અને કુટુંબીજનોને રાહત થાય છે.
- સારવાર રોગને આગળ વધતો અટકાવે છે.

- સારવાર રોગને ફરીથી થતો અટકાવે છે.
- સારવારથી આપઘાતને રોકી શકાય છે.

❖ **આપણે સારવાર માટે ડોકટરને શું શું જણાવવું જોઈએ ?**

- આપણને શું તકલીફ છે તે જણાવવું જોઈએ.
- તકલીફ કયારથી થાય છે તે જણાવવું જોઈએ.
- તકલીફ કયારથી શરુ થઈ તે જણાવવું જોઈએ.
- આવી તકલીફ પહેલાં કદી થયેલી છે કે નહીં તે જણાવવી.
- દર્દી દારુ કે અન્ય વ્યસન કરે છે કે નહીં તે જણાવવું જોઈએ.
- આ પ્રકારની માહિતી પરથી માનસિક રોગોનું નિદાન અને સારવાર કરવામાં આવે છે.
- માનસિક રોગોનું નિદાન મગજની પટ્ટી કે મગજના ફોટા પરથી થતું નથી.
- માનસિક રોગોનું નિદાન દર્દીની તકલીફો અને વિચારો પરથી થાય છે.
- મોટાભાગના માનસિક રોગોમાં મગજ અને શરીર બરાબર હોય છે.
- કેટલાક લોકોમાં શરીરના રોગને કારણે માનસિક તકલીફ થાય છે.

❖ **ઉપચાર દવાઓ દ્વારા**

- ડોકટરની સલાહ મુજબ દવાઓ લેવી.
- દવાઓ ધીમે-ધીમે ફાયદો કરે છે.
- દવાઓ વચ્ચે છોડવાથી રોગ ફરીથી થઈ શકે છે.
- ૬ થી ૧૨ મહીના સુધી દવાઓ ચાલુ રાખવી જરુરી છે.
- દવાઓની આડઅસરો ઘણી ઓછી હોય છે.
- પાવરના આધારે દવા ગરમ કે ઠંડી, હલ્કી કે ભારે હોતી નથી.

❖ **ઉપચાર વીજળીક સારવાર દ્વારા**

- ઈ.સી.ટી. ઝડપથી અસર કરે છે.
- ઈ.સી.ટી. સલામત અને ફાયદાકારક છે.
- ઈ.સી.ટી. ગંભીર માનસિક રોગોમાં અપાય છે.

- ઈ.સી.ટી. થી સારુ થયા પછી પણ દવાઓ ચાલુ રાખવી જરુરી છે.
- દર અઠવાડીયે બે થી ત્રણ ઈ.સી.ટી. આપવામાં આવે છે.
- આશરે ૬ થી ૧૨ ઈ.સી.ટી. આપવામાં આવે છે.
- ઈ.સી.ટી. થી મગજને કોઈ નુકસાન થતું નથી.

❖ **ઉપચાર સાયકોથેરાપી દ્વારા**

- કેટલાક લોકોને ફક્ત દવાઓથી પૂરતો ફાયદો થતો નથી. કેમકે આપણાં જીવનની ઉપાધિઓ પણ માનસિક તકલીફો ઉભી કરે છે.
- સાયકોથેરાપીમાં દર્દી સાથે વાતચીત કરવામાં આવે છે.
- સાયકોથેરાપીમાં ટેન્શન, ચિંતા, સમસ્યાઓનો વાતચીતથી ઉકેલ લાવવામાં આવે છે.

❖ **સારી ઉંઘ માટે શું શું કરવું જોઈએ ?**

- દિવસે મહેનતવાળું કામ કરો કે કસરત કરો.
- દિવસે ઉંઘવું નહી.
- હંમેશા ટાઈમસર સૂવો અને ઉઠો.
- રાતે સૂવાના બે કલાક પહેલાં જમો.
- રાતે ચા, કોફી, તમાકુનું સેવન કરવું નહીં.
- સૂવાના એક કલાક પહેલા ટી.વી. જોવાનું બંધ કરી દો.

❖ **સાજા થવા માટે દર્દીએ શું શું કરવું જોઈએ ?**

- ડોકટરની સલાહ મુજર દવા લો.
- તમે જાતે દવા ઓછી કે વધારે ના કરો.
- દારુ, બીડી, સિગારેટ, ગુટખાનું વ્યસન ના કરો.
- રાતે ૬ થી ૮ કલાક ઉંઘો.
- ડોકટર કે બીજા કોઈની સાથે મન ખોલીને વાત કરો.
- સવાર-સાંજ હળવી કસરત કરો.
- મનગમતી પ્રવૃત્તિઓ કરો.

- દર્દીની નિંદા કરવાથી, દર્દી પર વધુ પડતો ગુસ્સો કરવાથી માનસિક રોગ વધે છે.
- આ ગાંડો છે
- આ તો ઢોંગ કરે છે.
- તને કામ કરતાં જોર પડે.
- તું તો હાથે કરીને હેરાન થાય છે.
- જેવ શબ્દો ન વાપરવાં
- માનસિક રોગ દર્દીના કાબૂમાં હોતો નથી.

❖ દર્દીના સગાં અને મિત્રો દર્દીની કેવી રીતે મદદ કરી શકે ?

- દર્દીને સારવાર માટે લઈ જાઓ.
- ડોક્ટરને દર્દીની તકલીફો વિસ્તારથી જણાવો.
- દર્દીને સમયસર દવા આપો.
- જો દર્દી મરી જવાની વાત કરે તો દર્દીને તરત ડોક્ટર પાસે લઈ જાઓ.
- દર્દીને કામ ધંધો કરવા પ્રેરો પણ તેમના પર વધુ દબાણ ના કરો.
- દર્દીને મનગમતી પ્રવૃત્તિ કરવા માટે પ્રેરો દા.ત., સંગીત સાંભળવું, રમવું.
- સગાં અને મિત્રોની સંભાળથી દદી ઝડપથી સાજો થાય છે.

❖ તમારી લાગણીને ઓળખો.

- હું ટેન્શનમાં છું
- હું ઉદાસ છું
- મને શંકાઓ થાય છે.
- મને ડર લાગે છે.
- હું ખુશ છું
- હું ગુસ્સામાં છું
- માનસિક રીતે સ્વસ્થ વ્યક્તિ પોતાની અને બીજા લોકોની લાગણી ઓળખી શકે છે.
- આપણા મનના કોઈ ને કોઈ ખૂણામાં ઘણું દુઃખ દબાયેલું હોય છે.

- કોઈ સાથે મન ખોલીને વાત કરવાથી મનનું દુઃખ હળવું થાય છે.
- માનસિક રીતે સ્વસ્થ વ્યક્તિ મન ખોલીને વાત કરે છે અને મનમાં ને મનમાં પીડાતો નથી.
- આપણી ઘણી વાતો બીજાને દુઃખી કરે તેવી હોય છે.
- બોલો ત્યારે આગ ઝરે છે કે ફૂલ ?
- માનસીક રીતે સ્વસ્થ વ્યક્તિ બીજા લોકોને દુઃખ થાય એવી વાતો કરતો નથી.
- આપણે બોલીએ છીએ વધારે અને સાંભળીએ છીએ ઓછું.
- ઓછું બોલવાના અને વધારે સાંભળવાના ઘણા ફાયદા છે.
    - અપમાન
    - હેરાનગતિ
    - નિષ્ફળતાઓ
    - કજિયો-કંકાસ
    - દગો
- આ બધા જૂના દુઃખદ બનાવોને વળગી રહેવાથી આપણે વધારે દુઃખી થઈએ છીએ.
- લોકો આપણામાં ચાવી ભરે છે અને આપણે ચાલવા માંડીએ છીએ.
- માનસિક રીતે સ્વસ્થ વ્યક્તિ બીજાઓની વાતો અને વર્તનથી બહુ પરેશાન થતો નથી.
- વધુ પડતી લાલસાથી મન વધુ દુઃખી થાય છે.
- પોતાની શક્તિ ઓળખવી એ સ્વસ્થ મનની નિશાની છે.
- પોતે જેવા છીએ તેવા જ સ્વીકારવું એ સ્વસ્થ મનની નિશાની છે.
- માનસિક રીતે વ્યક્તિ બીજા લોકો સાથે પોતાની સરખામણી કરતો નથી.
- બાળક સાથેના વર્તનમાં પણ કાળજી રાખવી.
- આ કંઈ નહીં કરી શકે આ તો ડોબો છે.
- આ વખતે પણ બાજુવાળા છોકરા કરતાં ઓછા માર્કર્સ લાવ્યો છે.
- આવું વર્તન બાળકોનો આત્મવિશ્વાસ ઘટાડે છે.

- બીજા લોકોની સંભાળ રાખવી એ સ્વસ્થ મનની નિશાની છે.
- ચિંતા મગજમાં બહુ ઝડપથી વધે છે.
- માનસિક રીતે સ્વસ્થ વ્યક્તિ નાની-નાની બાબતો ઉપર બહુ ધ્યાન આપતો નથી.
- માનસિક રીતે સવસ્થ વ્યક્તિ મશ્કેલીઓનો સારો ઉકેલ કાઢી શકે છે.
- પોતાની મનગમતી પ્રવૃત્તિઓ માટે ટાઈમ કાઢો.
- આપણે કામ, કામ અને કામ જ કરતાં રહીએ છીએ અને પોતાના માટે ટાઈમ કાઢતાં નથી.

❖ **માનસિક રીતે સ્વસ્થ રહેવા માટે દરરોજ ઓછામાં ઓછી ૩૦ મિનિટ કસરત કરવી જોઈએ.**

- કસરત કરવાથી ટેન્શન ઓછું થાય છે.
- કસરત કરવાથી ઉદાસી ઓછી થાય છે.
- કસરત કરવાથી ઉંઘ સારી આવે છે.

❖ આપણે મુશ્કેલીઓ વગરના જીવનની આશા રાખીએ છીએ.

- નદીના રસ્તા જેમ આપણું જીવન પણ વાંકુચૂંકું અને મુશ્કેલીવાળું હોય છે.
- માનસિક રીતે સ્વસ્થ વ્યક્તિ મુશ્કેલીઓમાંથી પસાર થઈ આગળ વધતો જાય છે.
- માનસિક રીતે સ્વસ્થ વ્યક્તિ જીવનની દરેક બાબતોમાં સંતુલન જાળવી શકે છે.
- આપણે હસવાનું ભૂલી ગયા છીએ.
- આપણું એક હાસ્ય આપણને અને બીજા લોકોને ખુશ કરી દે છે.
- સ્મિત વાતાવરણને હળવું બનાવે છે.
- આપણાં મનને જાણો, જીવનને માંણો.

૭. મનોપચાર

પ્રસ્તાવના

માંદી કે બીમાર વ્યક્તિની સારવાર કરવામાં આવે તો તેને તબીબી ભાષામાં 'ચિકિત્સા' કહેવામાં આવે છે. દવાદારૂ, શલ્યચિકિત્સા , વ્યાયામ (શારીરિક ચિકિત્સાઓ) તેમજ રેડિયોલોજિકલ સારવાર (એક્ષ રે અને રેડિયો એક્ટિવ આઈસોટોપ ચિકિત્સા) જેવી ચિકિત્સાઓ તબીબી ક્ષેત્રમાં થતી હોય છે. આ પ્રકારની ચિકિત્સાઓથી શારીરિક રોગોના દર્દીઓને સાજા સારા કરવામાં આવે છે. આજના યુગમાં શારીરિક રોગોના કરતાં માનસિક રોગોની સમસ્યા વધુ ઘેરી અને કપરી બની ગઈ છે. માનસિક રોગોની સારવાર માટે દૈહિક ઉપચારો (જુઓ પ્રકરણ ૮) ઉપરાંત મનોપચારનો આશ્રય લેવામાં આવે છે. કોઈ વ્યક્તિ લાગણી કે આવેગની દ્રષ્ટિએ ક્ષુબ્ધ થઈ જાય ત્યારે તેનો મનોપચાર કરવામાં આવે છે. સૌમ્ય મનોવિકૃતિના મોટા ભાગના દર્દીઓને સાજા સારા કરવા માટે તો મનો ઉપચાર જ એક માત્ર માર્ગ છે. તીવ્ર મનોવિકૃતિના દર્દીઓને સાજા સારા કરવા દવાઓ અને ઈલેક્ટ્રિક શોક જેવા દૈહિક ઉપચારો કરવામાં આવેછે. અને તે પછી જરૂર મુજબ મનોપચાર પણ કરાવમાં આવે છે.

માનસિક માંદગીની સારવાર માટે માનોપચાર પદ્ધતિઓ શરૂ થઈ તે પહેલાં જેઓ માનસિક રીતે ભાંગી પડતા હતા તેઓને તેમના કુટુંબીજનો, સ્વજનો, સ્નેહીઓ, મિત્રો, મુરબ્બીઓ અને ધર્મગુરુઓ કોઈ ને કોઈ પ્રકારનું આશ્વસન આપી સંભાળતા હતા. પરંતુ આ બધા લોકો માનસિક દર્દીઓનો ઉપચાર કરવા માટે વ્યાવસાયિક રીતે સુસજ્જ હતા નહીં આથી તેઓ યોગ્ય રીતે સમસ્યાઓનું કે રોગોનું નિદાન અને ઉપચાર કરી શકતા ન હતા. વીસમી સદીના ઉત્તરાર્ધમાં મનોપચારનું વિજ્ઞાન અને કલા સોળાએ ખીલ્યેં છે આજે દુનિયાના દરેક દેશમાં વ્યાવસાહિક રીતે સુસજ્જ એવા મનોપચારકોની સેવાઓ ઉપલબ્ધ બની છે. માનવ મન અને વર્તન એ એક અત્યંત સંકુલ અને જટિલ કહી શકાય તેવા મન અને વર્તનનાં રહસ્યો પોતપોતાની રીતે સમજીને મનોપચારના અનેક અભીગમો વિકસાવ્યા છે. એક અંદાજ મુજબ આજે દુનિયામાં આશરે બસો કરતાં પણ બધુ મનોપચાર પદ્ધતિઓ વિકસી છે. માનવીની સમસ્યાઓને ઉકેલવા માટે પોતાની

રીતે તેઓ પ્રયત્નશીલ છે. આજે દૈહિક ઉપચારોની જેમ મનોપચારને પણ સ્વીકૃતિ મળી છે. તેની લોકપ્રિયતા દિનપ્રતિદિન વધતી જાય છે. અમેરિકા જેવા દેશમાં તો દર વીસ માણસે એક મનોપચારનું માર્ગદર્શન મેળવતો થયો છે. જેઓ 'પાગલ' થઈજાય તેમને જ મનોપચારની જરૂર છે તેવું હવે મનાતું નથી. આપણે સૌ એક યા બીજી રીતે મનોપચાર માટેના ઉમેદવાર છીએ.

પ્રસ્તુત પ્રકરણમાં આપણે મનોપચારનો અર્થ અને તેનાં ધ્યેયોની જાણકારી મેળવી મનોપચારના વિવિધ અભિગમો વિશે ચર્ચા કરીશું.

મનોપચારનો અર્થ (વ્યાખ્યા) (Meaning of Psychotherapy) :

માનસિક રોગોની મનોવૈજ્ઞાનિકિ પદ્ધતિઓ અને પ્રયુક્તિઓ દ્વારા સારવાર કરવામાં આવે છે. કારસન અને બુચરે તેમના એબ્નોર્મલ સાયકોલોજી એન્ડ મોડર્ન લાઈફ (નવમી આવૃત્તિ : ૧૯૯૨) માં મનોપચારની તદ્દન સરળ વ્યાખ્યા કતાં નોંધ્યું છે કે 'મનોવૈજ્ઞાનિક પદ્ધતિઓ દ્વારા મનોવિકૃતિઓનો ઉપચાર એટલે મનોપચાર' (the treatment of mental disorders) આ પ્રકારની સારવારમાં મનોપચાર મનોવૈજ્ઞાનિક રીતે હસ્તક્ષેપ કરીને દર્દીમાં નવી સમજણ (understanding) કે નવું વર્તન કે તે બંને આવે તે માટે પ્રયત્ન કરે છે. આપણા મિત્રો, સગાં-સંબંધીઓ, સ્વજનો કે વડીલો દ્વરા અનૌપચારિક રીતે આપતા આશ્વાસન કે સલાહસુચનથી આ પદ્ધતિ **મનોવૈજ્ઞાનિક રીતે થતા હસ્તક્ષેપને** કારણે જુદી પડે છે.

જેક રોય સ્ટ્રેન્જ નામના અભ્યાસીએ તેના 'એબ્નોર્મલ સાયકોલોજી : અન્ડરસ્ટેન્ડિંગ બિહેવિયર ડિસઓર્ડર' નામના પુસ્તકમાં મનોપચારની સરળમાં સરળ અને પાયાની વિશેષતાઓ પ્રગટ કરતી વ્યાખ્યા આપી છે. તેમના મત મુજબ **'મનોપચાર એ બે વ્યક્તિઓ વચ્ચેની વાતચીત છે. જેમાં એક વ્યક્તિ અમુક પ્રમાણમાં આવેગાત્મક મુશ્કેલીથી પીડાતો દર્દી હોય છે અને બીજી વ્યક્તિ આવી સ્થિતિને સુધારવાની સહાય કરવા અંગેની તાલીમ પામેલો વ્યાવસાયિક રીતે સજ્જ એવો ઉપચારક હોય છે'** જેક રોય સ્ટ્રેન્જની આ વ્યાખ્યામાં સ્પષ્ટ રીતે કહેવામાં આવ્યું છે કે મનોપચાર કરવો એ ગમે તે આલીયા-માલીયાનું કામ નથી નથી સૂંઠને ગાંગડે ગાંધી થઈ જવાતું નથી. મનોપચારક બનવા માટે વ્યાવસાયિક સજ્જતા મેળવવી પડે છે. મનોવૈજ્ઞાનિક સિદ્ધાંતો

અને પ્રયુક્તિઓની પૂરતી તાલીમ લીથી હોય તેવા તજ્જ્ઞો જ મનોપચારનું કામ કરી શકે છે. ચિકિત્સા મનોવૈજ્ઞાનિક, મનોચિકિત્સક અને મનોચિકિત્સાત્મક સામાજિક કાર્યકર જેવા તજ્જ્ઞોએ આવી વ્યાવસાયિક સજ્જતા મેળવેલી હોય છે અને તેથી તેઓ આ ઉપચાર કરવા માટેની સંપૂર્ણ લાયકાત ધરાવે છે.

એલ. આર. વોલબર્ગ નામના અભ્યાસીએ "The technique of Psychotherapy" (૧૯૭૭) નામનું પુસ્તક લખ્યું છે. તેમાં મનોપચારની બધી જ વિશેષતાઓને આવરી લેતી સંક્ષિપ્ત છતાયં સર્વગ્રાહી એવી વ્યાખ્યા આપી છે. તેના મત મુજબ :

મનોપચાર એટલે આવેગાત્મક સ્વરૂપની સમસ્યાઓનો મનોવૈજ્ઞાનિક રીતો દ્વારા કરવામાં આવતો ઉપચાર જેમાં તાલીમ પામેલો વ્યક્તિ દર્દી સાથે નીચેના હેતુસર વ્યાવસાયિક સંબંધો વિકસાવે છે : (૧) અસ્તિત્વ ધરાવતાં રોગલક્ષણોને દૂર કરવાં, પરિવર્તિત કરવાં કે મંદ કરવાં (removing, modifying or retarding existing symptos) (૨) વર્તનની વિક્ષેપિત તરાહોમાં સુધારો કરવા મધ્યસ્થી કરવી (mediating disturbed patterns of behaviour) અને (૩) વિધાયક વ્યક્તિત્વની વૃદ્ધિ અને વિકાસને વેગ આપવો (promoting positive personality growth and development)

મનોપચારનો હેતુ મનોપચાર માટે આવેલ દર્દી કે અસીલના વર્તનમાં પરિવર્તન કરવું તે છે. લંડન (૧૯૬૪) નામના અભ્યાસીએ મનોપચારનું બે વિભાગોમાં વર્ગીકરણ કર્યું છે : આંતરસૂઝ ઉપચાર અને વાર્તનિક ઉપચાર આંતરસૂઝ ઉપચારમાં એમ માનવામાં આવે છે કે લોકો પોતાના વર્તન પાછળનાં પ્રેરક બળોને સમજવામાં નિષ્ફળ જાય ત્યારે વર્તનની સમસ્યાઓ ઊભી થાય છે. ખાસ કરીને વર્તન પાછળનાં પ્રેરક બળો વચ્ચેના સંઘર્ષોનો સામનો કરવાનો આવી વ્યક્તિઓએ એક યા બીજી રીતે ઈન્કાર કરેલો હોય છે. આ જ કારણે આંતરસુઝ ઉપચારમાં દર્દીઓને તેમણે અમુક પ્રકારનું વર્તન કર્યું તો તે શા માટે કર્યું તેની સમજણ વધારવા પર ભાર મૂકવામાં આવે છે. એક વખત તેઓ આવી સમજણ કેળવી લેશે એટલે તેઓ પોતાના વર્તનનું વધુ સારી રીતે નિયમન અને નિયંત્રણ કરી શકશે એમ તેમાં માનવામાં આવે છે. જ્યારે વાર્તનિક-

ઉપચાંર માં પ્રેરક બળોની નહિવત ચર્ચા થાય છે અથવા બિલકુલ ચર્ચા થતી નથી. ઉપચારક દર્દીના સમસ્યારૂપ વર્તન પર જ ધ્યાન કેન્દ્રિત કરે છે અને દર્દીને નવાં કૌશલ્યો શીખવીને તેમાં સુધારો લાવવાનો પ્રયત્ન કરે છે. આ બંને પ્રકારના ઉપચારોનાં અનેક સ્વરૂપો ઉપલબ્ધ બન્યાં છે. મનોગત્યત્મક ઉપચાર, માનવવાદી ઉપચાર અને બોધાત્મક ઉપચાર તેના શાસ્ત્રીય સ્વરૂપમાં આંતરસૂઝ ઉપચારના સ્વરૂપો છે જ્યારે વર્તનવાદી ઉપચાર એ વાર્તનીક ઉપચાર નું સ્વરૂપ છે. આ બધા ઉપચાર સ્વરૂપોની ચર્ચા કર્તા આપણે જોઈશું કે આ બે અભીગમો વચ્ચે સંકલન કરવાનું વલણ દિનપ્રતિદિન વધી રહ્યું છે અને તેમાથી હાઈબ્રીડ સ્વરૂપના એટલે કે આંતરસૂઝ અને વર્તન અભિગમના સંયોજનવાળાં ઉપચાર સ્વરૂપો પણ વિકસી રહ્યાં છે.

મનોપચાર વિજ્ઞાન છે કે કલા ? એવી પણ ચર્ચા કેટલાંક વર્તુળોમાં થતી રહે છે. કેટલાક ઉપચારકો મનોપચારને એક પ્રયોજિત વિજ્ઞાન નો મોભો આપે છે. જેમ વિજ્ઞાનમાં અમુક સંખ્યાના પરિવર્ત્યોનું નિયંત્રણ કે નિયમન કરીને ધાર્યા પ્રમાણેનાં પરિણામો પ્રાપ્ત કરી શકાય છે તેવું મનોપચારમાં પણ શક્ય છે. **ગોર્ડન પોલ** (૧૯૬૯) ના શબ્દોમાં કહીએ તો આવા ઉપચારકો પોતાની જાતને પૂછતા હોય છે કે ઉપચારક પાસે વિશિષ્ટ સમસ્યા લઈને આવેલ આ દર્દી માટે કયો ઉપચાર, કોનાથી, અને ક્યા સંજોગોમાં અસરકારક પરિણામ આપશે ? આ પ્રશ્નનો જવાબ તે અને વર્તમાનમાં થતા ઉપચારનાં પરિણામો દ્વારા આપવાનો પ્રયત્ન કરે છે. વર્તમાનમાં થતો ઉપચાર પરિપુર્ણ થાય ત્યારે જે પરિણામો મળે તે પુરાવો બની જાય છે અને તેના આધારે માનવવર્તન વિશેની વૈજ્ઞાનિક સમજણ વધુ ને વધુ અણિશુદ્ધ, પરિશુદ્ધ બને છે. જ્યારે બીજે પક્ષે કેટલાક ઉપચારકો એમ માને છે કે આવી રીતે ઉપચાર કરીએ તો તેમાં માનવીનું માનવી તરીકેનું કોઈ ગૌરવ રહેતું નથી. માનવી પણ પ્રાયોગિક પ્રણીઓ માનો એક બની જાય છે. આ મતના પુરસ્કર્તાઓ એમ માને છે કે મનોવૈજ્ઞાનિક સારવાર કે ઉપચાર એ કેવળ વિજ્ઞાન નથી, એ એક કલા પણ છે. મનોપચાર એ માત્ર આનુભવિક વિશ્લેષણ કરવાની બાબત નથી. મનોપચાર તો આનુભવિક વિશ્લેષણ કરતાં પરાનુભુતિ અને આંતરસૂઝ જેવી બાબતો પર બધુ આધાર રાખે છે. વર્તનવાદી અને બોધાત્મક ઉપચારકો સાધારણ રીતે મનોપચાકને એક પ્રયોજિત વિજ્ઞાન ગણે છે

જ્યારે મનોગત્યાત્મક અને માનવવાદીઓ મનોપચારને અમુક અંશે કલા ગણે છે. જોકે મોટા ભાગના ઉપચારકો માને છે કે મનોપચાર અમુક અંશે વિજ્ઞાન અને અમુક અંશે કલા છે.

મનોપચારક વિજ્ઞાન હોય કે કલા પરંતુ એક વાત નિશ્ચિત છે કે જે મનોપચારમાં દર્દીને સલામતી અને કાળજીનો અનુભવ થાય તેવો માનવસંબંધ બંધવય તે મનોપચાર જ સફળ થાય છે. મનોપચારની પદ્ધતિ અને પ્રયુક્તિ ગમે તે હોય તેમાં ઉપચારક અને દર્દી વચ્ચેનો સંબંધ એ જ એક માત્ર પાયાની બાબત છે. ચિકિત્સકો તેને ચિકિત્સાત્મક જોડાણ કે બંધન તરીકે ઓળખાવે છે. ચિકિત્સાની પ્રક્રિયામાં દર્દી ઉપચારકને પોતાનો સહ્રુદયી સાથી સમજે ત્યારે જ સારાં વાનાં થવાની શક્યતા સર્જાય છે.

મનોપચારનાં ધ્યેયો

આવેગાત્મક વિક્ષેપ અને માનસિક રોગોથી પીડાતા લોકોનો ઈલાજ કરવો એ મનોપચારનું મુખ્ય લક્ષ્ય કે ધ્યેય છે. માનસિક રીતે અસ્વસ્થ અને અસ્તવ્યસ્ત બની ગયેલા લોકોને પુનઃ સ્વસ્થ, સાધારણ અને સમાયોજિત બનાવવાનું કામ સરળ નથી. તે માટે અનેક વચગાળાનાં પગલાં લેવાં પડે છે. દર્દી પોતાનું આવેગાત્મક સ્વાસ્થ્ય પુનઃ પ્રાપ્ત કરી શકે તે માટે ઉપચારક આવશ્યક એવી તમામ મદદ તેની પાસેની તજ્જ્ઞતા દ્વારા પૂરી પાડે છે.

જેક રોય સ્ટ્રેન્જના મતે મનોપચારના પ્રાથમિક ધ્યેયો ત્રણ છે. (૧) પુનઃ શિક્ષણ (૨) સ્વ – માળખાની મજબૂતી (૩) સામર્થ્યમાં સુધારો.

(૧) પુનઃ શિક્ષણ :

દર્દીએ સૌ પ્રથમ તો પોતાનામાં રહેલી પ્રેરણાઓ અને આવેગોને પોતાના વ્યક્તિત્વના મહત્વના ભાગ તરીકે સ્વીકારીને તેનો સામનો કરતાં શીખવું જોઈએ. દર્દી પોતાની સાચી લાગણીઓની સમજ પ્રાપ્ત કરે તે પછી તે પોતાની આવેગાત્મક પ્રતિક્રિયાઓમાં સુધારણા કરવાની શરૂઆત કરે છે અને તેને પરિણામે તેનું અપસમાયોજિત વર્તન બદલાય છે અને સમાયોજિત વર્તન તરફની ગતિના શ્રીગણેશ થાય

છે. કેટલાક કિસ્સાઓમાં પુનઃ શિક્ષણની આ પ્રક્રિયાનો વ્યાપક રીતે આશ્રય લેઆમાં આવે છે જેમાં વર્તનની જૂની વિધ્વંસક તરાહો દૂર કરવામાં આવે છે અને તેના સ્થાને રચનાત્મક અને સ્વસ્થ્યપૂર્ણ તરાહો પુનઃ સ્થાપિત કરવામાં આવે છે. આમ મૂળભૂત રીતે મનોપચાર એ આવેગાત્મક પુનઃ શિક્ષણની પ્રક્રિયા છે.

(૨) સ્વ – માળખાની મજબૂતી :

દર્દીના સ્વ – માળખા ને મજબૂત કરવું ખાસ જરૂરી છે. સ્વ માળખાને મજબૂત કરવાથી વ્યક્તિ કે દર્દીની આવેગાત્મક તરાહોના પાયારૂપ એવા પુનઃસંગઠનને અસરકારક બનાવી શકાય છે. આ કે તે પરિસ્થિતિ માટે સારી પ્રતિક્રિયાઓ આપવકનું શીખવું તે માત્ર પૂરતું નથી પરંતુ તેની સાથે સાથે વ્યક્તિમાં વાસ્તવિકતાનો સામનો કરવા માટેની સ્થિતિસ્થાપક શક્તિ હોવી જરૂરી છે. આવી શક્તિ જ વ્યક્તિને આવી પડનાર મનોભારોનો સામનો કરવા માટે તૈયાર કરે છે. ફ્રોઈડની પરિભાષામાં કહીએ તો બાહ્ય વાસ્તવીકતા ઈડ અને સુપરઈગો ની જરૂરિયાતોને પહોંચી વળવા માટે ઈગો ને મજબૂત કરવો જરૂરી છે. આપણા વ્યક્તિત્વનાં ત્રણ તત્વો ઈડ, ઈગો અને સુપરઈગોમાં ઈગો એ **મેનેજર** તરીકેની કામગીરી બજાવે છે. આથી તે જેટલો મજબૂત એટલું આપણું સમાયોજન વધે છે.

(3) સામર્થ્યમાં સુધારો :

મનોપચારને પરિણામે દર્દીમાં પોતાના આંતરીક સંઘર્ષો અને બાહ્ય મનોભારોનો સંતોષપ્રદ રીતે સામનો કરવા માટેના સામર્થ્યમાં વધારો થવો જોઈએ. જો મનોપચારની પ્રક્રિયા યોગ્ય રિતે આગળ વધતી હોય તો દર્દીનું મનોભારનો સામનો કરવાનું સામર્થ્ય દિનપ્રતિદિન વધે છે. અને તેની પ્રતીતિ દર્દીને અને ઉપચારકને મનોપચાર દરમિયાનજ થાય છે. આ પછી ધીમે ધીમે મનોપચારના ઓરડાની બહાર પણ ઊભી થતી વાસ્તવિક સમસ્યાઓના ઉકેલ માટેનાં કૌશલ્યો અને આત્મવિશ્વાસ દર્દી પ્રાપ્ત કરે છે.

મનોપચારના ઉપર્યુક્ત ત્રણ તબક્કાઓમાથી દર્દી પસાર થાય ત્યારે મનોપચારનું મુખ્ય લક્ષ્ય કે ધ્યેય પરિપૂર્ણ થાય છે અને દર્દી અસાધારણ વર્તનને બદલે સાધારણ વર્તનની સીમામાં આવી જઈ જીવન અને જગત સાથેનું સમાયોજન સાધે છે.

કારસન અને બુચરની દૃષ્ટિએ બધા જ સ્વરૂપના મનોપચારમાં એક બાબત સામાન્ય છે. બધાજ પ્રકારના મનોપચારમાં એમ માનવામાં આવે છે કે મનોવૈજ્ઞાનિક સમસ્યાઓ ધરાવતી વ્યક્તિઓ પોતાના વર્તન અને વ્યક્તિત્વમ્માં પરિવર્તન કરી શકે છે. પ્રત્યક્ષીકરણની, મૂલ્યાંકનની અને વર્તનની વધુ સારી, વધુ અનુકૂલનાત્મ રીતો તે શીખે છે. મનોપચારનું ધ્યેય આ માન્યતાને વાસ્તવિકતામાં ફેરવવાનું છે. મનોપચારકે આ ધ્યેયને પ્રાપ્ત કરવા માટે નીચે મુજબના પ્રયત્નો કરવા પડે છે.

(૧) અપસમાયોજિત વર્તનરાહોમાં પરિવર્તન કરવું

(૨) આ પ્રકારના વર્તન માટે કારણરૂપ કે તેને જાળવી રાખનાર પર્યાવરણની પરિસ્થિતિઓમાં ઘટાડો કરવો કે તેને દૂર કરવી.

(૩) આંતરવૈયક્તિક અને અન્ય સાર્થોમાં સુધારો કરવો.

(૪) પ્રેરણો પ્રત્યેના અવરોધક અને અસાર્થ્યજનક સંઘર્ષોનું નિરાકરણ કરવું

(૫) વ્યક્તિના પોતાની જાત અને દુનિયા વિશેની વ્યક્તિગત બોધાત્મકતા અને બિનકાર્યાત્મક માન્યતાઓમાં સુધારો કરવો.

(૬) અસ્વસ્થતાજનક કે અસામર્થ્યજનક આવેગાત્મક પ્રતિક્રિયાઓમાં ઘટાડો કરવો કે તેને દૂર કરવી અને

(૭) સુસ્પષ્ટ સ્વ – ઓળખ ની સમજને ઉત્તેજન પૂરું પાડવું.

આ બધી જ વ્યૂહરચનાઓ દ્વારા વ્યક્તિના અસ્તિત્વને વધુ અર્થપુર્ણ અને સંતોષપ્રદ બનાવવાના માર્ગો ખૂલે છે અને આવા માર્ગો ખૂલે તે મનોપચારનું ધ્યેય છે.

મનોપચારના અભિગમો (પદ્ધતિઓ)

મનોવૈજ્ઞાનિક પદ્ધતિઓનો વિનિયોગ કરીને જયરે માનસિક દર્દીઓનો ઉપચાર કરવામાં આવે છે. મનોપચારની વ્યાખ્યા આમ માત્ર એકજ લીટીમાં આપી શકાય છે પરંતુ મનોપચારમાં અસંખ્ય પ્રકારની પ્રયુક્તિઓનો ઉપયોગ થતો રહે છે. પોતાના જીવનસાથી સાથે સમાયોજન સાધવાથી માંડીને સ્વપ્ન વિશ્લેષણ સુધીની પ્રયુક્તિઓનો ઉપયોગ તેમાં થાય છે. પ્રત્યેગ મનોપચારની પોતાની આગવી વ્યાવસાયિક સજ્જતા હોય છે. પોતાની ભૂમિકા વિશે આગવી ફિલસુફી હોય છે અને મનોપચાર કરવાની આગવી એવી શૈલી હોય છે. આના કારણે મનોપચારના બે – ચાર અભિગમો નહીં પરંતુ અનેક અભિગમો જોવા મળે છે. આ અભિગમો વિશે પૂરેપૂરી વિગતો આપવા માતે તો એક સ્વતંત્ર પુસ્તક લખવું પડે. આપણે મનોપચારમાં મહત્વના એવા થોડાક અભિગમોની ચર્ચા કરીને સંતોષ માનીશું બોધાત્મક અભિગમોના શીર્ષક તળે કેટલાક અભિગમો જોઈશું.

(ક) મનોપચારનો મનોગત્યાત્મક અભિગમ

સિગ્મંડ ફ્રોઈડે વિકસાવેલ અને પ્રેક્ટિસ કરેલ મનોવિશ્લેષણની પ્રયુક્તિનો આજે જે મનોગત્યાત્મક અભિગમો ઉપયોગમાં લેવાય છે તેનાં મુળ મનોવિશ્લેષણમાં હોવાથી માનસિક દર્દીઓના ઉપચાર સાથે સંકળાયેલા સૌ કોઈને મનોવિશ્લેષણ વિશેનું જ્ઞાન હોવું જોઈએ મનોવિશ્લેષણ એ તો તમામ સમકાલીન મનોગત્યાત્મક અભિગમોના પિતામહ સમી પદ્ધતિ છે. આથી આપણે સૌ પ્રથમ ફ્રોઈડની મનોવિશ્લેષણ પદ્ધતિની ચર્ચા કરીશું અને તે પછી તેનાં કેટલાક અર્વાચીન સ્વરૂપો કે રૂપાંતરો ની ચર્ચા કરીશું.

(૧) ફ્રોઈડનું મનોવિશ્લેષણ

ફ્રોઈડ તેમના જમાનામાં માનસિક દર્દોના ખ્યાતનામ ઉપચાર હતા. તેમને અનેક પ્રકારના દર્દીઓનો અનુભવ થયો હતો. રૂા અનુભવને આધારે એમણે તારવ્યું કે અસ્વીકાર્ય, અજાગ્રત એવી વૃત્તિઓ કે વાસનાઓ (ફ્રોઈડ તેને ઈડ કહે છે) જ્યારે જાગ્રત કે ચેતન મનમાં પ્રવેશવાનો

પ્રયત્ન કરે ત્યારે **ઈગો** વ્યગ્રતા અનુભવે છે. આ વ્યગ્રતા જ **ન્યુરોસિસ** (સૌમ્ય મનોવિકૃતિ) નું મૂળ છે. અસ્વીકાર્ય એવી વૃત્તિઓ કે વાસનાઓ ચેતન કે જાગ્રત મનમાં પ્રવેશવા પ્રયાસ કરે ત્યારે આ જોખમને નિવારવા માટે ઈગો અનેક પ્રકારની બચાવપ્રવૃત્તિઓ કરે છે. આવી બચાવપ્રયુક્તિઓમાં દમન સૌથી મહત્વની બચાવપ્રયુક્તિ છે. દમન દ્વારા આપણે આપણી વૃત્તિઓ અને વાસનાઓને અજાગ્રત મનમાં ધકેલી દઈએ છીએ. આવી વૃત્તિઓ અને વાસનાઓનું દમન તો કરી શકાય છે પરંતુ આ પ્રયાસમાં ઈગો નોંધપાત્ર રીતે નબળો પડે છે. બીજું, દમન કરવા છતાંય થોડીઘણી વ્યગ્રતા તો રહેજ છે. આ વ્યગ્રતાનો ભોગ બનેલ વ્યક્તિ કેટલીક સ્વ – હાનિકારક ચેષ્ટાઓ જાતેજ દઃખી થાય છે. આમ ફ્રોઈડના મતે જો ન્યુરોસિસ (સૌમ્ય મનોવિકૃતિ) નો યોગ્ય રીતે ઉપચાર કરવો હોય તો એક જ રસ્તો છે : અજાગ્રત વૃત્તિઓ, વાસનાઓ કે ઊર્મિઓને જાગ્રત કે ચેતન સ્તર પર લાવો જેથી દર્દી તેનો સામનો કરવાનું શરૂ કરે. એક વખત આ વૃત્તિઓ, આસનાઓ કે ઊર્મિઓનો સામનો બરવામાં આવે અને તેની સાથે કામ પાડવામાં આવે એટલે ઈગોને આતંકિત કરવાની ઈડની શક્તિ ઓછી થઈ જશે. સ્વ – બચાવ માટેની બધી જ પ્રયુક્તિઓ ધીરેધીરે દર્દી છોડી દેશે અને તેનો ઈગો વધુ રચનાત્મક કાર્યો કરવા માટે મુક્ત બનશે. ફ્રોઈડે આથીજ એક સૂત્ર આપેલું છે કે (જ્યાં ઈડ હસે ત્યાં ઈગો પણ હશે)

આ સિદ્ધાંતના આધારે ફ્રોઈડે મનો વિશ્લેષણનો પાયો નાંખ્યો. મનોવિશ્લેષણમાં એમ માનવામાં આવે છે કે જે કંઈ મુશ્કેલી છે તે અસીલના મનમાં છે અને મુશ્કેલીનું અન્વેષણ અસીલ કરી શકે તે માતે મનોવિશ્લેષક તેને મદદરૂપ બને છે. આ દૃષ્ટિએ મનોવિશ્લેષણ એ પરસ્પરનો અસીલ - વિશ્લેષક સંબંધ છે. અસીલને ઘણુંખરું એક આરામદાયક કોચ પર સુવદાવવામાં આવે છે. તે બને તેટલો હળવો થઈ શકે. વિશ્લેષક અસીલના દૃશ્ય – ક્ષેત્રની બહાર રહે છે (ઘણુંખરું કોચના પાછળની બાજુએ એ ઊભો રહે છે કે બેસે છે) અસીલે આ પ્રયુક્તિમાં કંઈક વાત કરે જવાની છે (હૈયાવરાળ કાઢવાની છે) એક દિવસમાં પચાસ મિનિટ, અઠવાડીયામાં ત્રણથી ચાર વાર, કેટલાક વર્ષો સુધી આ વિશ્લેષણ ચાલે છે. આ દરમિયાન અસીલ તેના બાળપણ વિશે વાતો કરે તે શક્ય છે. તેની મુશ્કેલીનું મૂળ પણ કદાચ બાળપણમાં

જ હોય છે. અને તેથી બાળપણના અનુભવોની વાત વિશ્લેષકને અને દર્દીને ઉપયોગી થઈ પડે છે. આની સાથે સાથે દર્દીની વર્તમાન મુશ્કેલીઓની પણ ચર્ચા થાય છે. વિશ્લેષક મોટા ભાગના સમયે મૌન રહે છે. તે પોતાના અસીલને અન્વેષણ કરવાની તક અને સુવિધા પૂરી પાડે છે. વિશ્લેષક બોલે તોપણ અસીલના રિમાર્કનું અર્થઘટન કરવા માટે જ તે બોલતો હોય છે તેના રિમાર્ક્સ અને તેના અજાગ્રતમાં પડેલી સામગ્રી કઈ રીતે સંકળાયેલા છે તે દર્શાવવા માટે જ તે બોલે છે અસીલ અને વિશ્લેષક વચ્ચે થતા સંવાદમાં **મુક્ત સાહચર્ય, સ્વપ્ન અર્થઘટન, પ્રતિરોધનું વિશ્લેષણ અને સ્થાનાંતરનું વિશ્લેષણ એમ ચાર પાયાની પ્રયુક્તિઓ ઉપયોગમાં લેવાય છે.**

(ક) મુક્ત સાહચર્ય :

ફ્રોઈડ તેની કારકિર્દીની શરૂઆતમાં અસીલના અજાગ્રત મનમાં રહેલી સામગ્રીને બહાર લાવવા માટે સંમોહન પદ્ધતિનો ઉપયોગ કરતા હતા. પરંતુ અનુભવે તેમને સમજાવ્યું કે અજાગ્રત માનસમાં જેનું દમન થયું છે તે સામગ્રીને ચેતન કે જાગુત સપાતી પર લાવવા માટે સંમોહન કરતાં મુક્ત સાહચર્યની પદ્ધતિમાં દર્દીને કોચ પર સુવડાવીને તેને મનમાં જે કઈ વિચારો આવતા હોય તે બોલવાનું કહેવામાં આવે છે. આ વિચારો કહેતી વખતે તેણે કોઈ ક્રમ જાળવવાનો નથી. જે પળે જે વિચાર આવે આવે છે કે તેણે પોતાના વિચારોને કોઈ ચોક્કસ રૂપ આપવાનું નથી કે તેમાં કોઈ કાપકૂપ પણ કરવાની નથી. વિચારો તાર્કીક, સુસંગત, પરિપક્વ, નૈતિક રીતે મજબુત કે વખાણવાલાયક હોય એવું જરૂરી નથી. તેના માટે તેણે પ્રયત્ન સરખો પણ કરવાનો નથી. મનમાં જે વિચારોનો પ્રવાહ ચાલતો હોય તેને બોલતાજ જવાનું છે. આ વિચારો એકબિજા સાથે સંકળવયેલા હોય કે ન હોય, કહેવા જેવા હોય કે ન હોય, સંબદ્ધ હોય તેવી શકી પરવા અશીલે કરવાની નથી. આમ થાય તોજ તેને સાચા અર્થમાં મુક્ત સાહચર્ય કહી શકાય. આ પદ્ધતિનો તર્કાધાર એ છે કે અજાગ્રત કે અચેતન સામગ્રીને પણ પોતાનું એક લોજીક છે હને તેથી જો અસીલ તેને જે કંઈ વિચારો આવે તેની તેની તે જ રીતે રજૂઆત કરે તો તેની શવબ્દિક અભિવ્યક્તિ અને અજાગ્રત વૃત્તિ, વાસનાઓ કે ઉર્મિઓ વચ્ચેનો સરકળાયેલો દોર જાણી શકાય છે. જ્યારે આવો સંબંધ સમજાવે છે. આવી સમજૂતી દ્વારા અસીલની બચાવપ્રયુક્તિઓ ઓછી

થાય છે અને તે પોતાના અજાગ્રત કે અચેતન પ્રેરક બળોને વધુ ને વધુ સમજતો થાય તે સક્યા છે.

(ખ) સ્વપ્ન અર્થઘટન :

સ્વપ્ન અર્થઘટન પણ અજાગ્રત સુધી પહોંચવાનો એક એક બીજો ભૂગર્ભ માર્ગ છે. ફ્રોઈડ માને છે કે ઊંઘ દરમિયાન ઈગોનાં સંણક્ષણો ઢીલાં પડી જાય છે અને તેના લીધે અજાગ્રતમાં પડેલી સામગ્રી સ્વપ્નોના સ્વરૂપમાં બહાર આવી જાય છે. આ જ કારણે સ્વપ્નો ને અજાગ્રત મનને ઓળખવાનો રાજમાર્ગ કહેવામાં આવે છે. જોકે ઈગોના સંણક્ષણો ઊંઘ દરમિયાન પણ સંપુર્ણ રીતે દૂર થઈ જતાં નથી અને તેથી અજાગ્રત સામગ્રી રૂપે રહેલ વૃત્તિઓ અને વાસનાઓને બહાર આવવા માટે વેશપલટો કરવો પડે છે. સ્વપ્નના સ્વરૂપમાં તે બહાર તો આવે છે પરંતુ તેનું સ્વરૂપ પ્રતીકાત્મક હોય છે. છદ્મ વેશ ધારણ કરીને તે વ્યક્ત થતી હોય છે. આમ સ્વપ્નમાં બે પ્રકારનું વિષયવસ્તુ જોવા મળે છે : (૧) પ્રગટ વિષયવસ્તુ અને (૨) સુષુપ્ત વિષયવસ્તુ પ્રગટ વિષયવસ્તુ એટલે વ્યક્તિને આવતું વ્યપ્ન, તેની વિગતો જ્યારે સુષુપ્ત વિષયવસ્તુ એટલે સ્વપ્નમાં છદ્મવેશ ધારણ કરીને આવતું વિષયવસ્તુ. રૂાવું વિષયવસ્તુ પ્રતીકાત્મક રીતે આવે આવે છે. દા.ત. નવી નવી માતા બનેલી એક દર્દીએ તેના વિશ્લેષકને એવું સ્વપ્ન કહેલું કે તેણે જોડિયાં બાળકોને જન્મ આપ્યો છે જેમાના એક બાળકનું મૃત્યું થયું છે. આ વિગત એ સ્વપ્નનું વિષયવસ્તુ હતું પરંતુ તેમાંથી વિશ્લેષકે એવો સુષુપ્ત અર્થ કાઢેલો કે આ સ્ત્રી તેના નવજાત પુત્રને ચાહતી હતી. પરંતુ નવજાત શિશુઓ રાતોની રાતો માતાને જગાડતાં હોય છે. તેનાથી માતાની મનની શાંતી હણાઈ જાય છે અને તે કારણે આ સ્ત્રીને પોતાનું એક બાળક મૃત્યુ પામ્યું છે એવું સ્વપ્ન આવ્યું હતું. આ સ્વપ્નમાં આક્રમક એવી ઈડની ઉર્મિની સામે ઈગોનું સંરક્ષણ પૂરેપુરૂં ઢીલું થઈ ગયું નહોતું. આરશિક રીતે ઈગોનું વર્ચસ્વ ચાલુજ હતું તેને જોડિયા બાળકોમાં ફેરવી દીધું અને તેમાંના એકને મારી નાખ્યું.

સ્વપ્ન અર્થઘટનનું આ એક સરળતમ દૃષ્ટાંત છે. કારણ કે સ્વપ્ન અર્થઘટનમાં સાધારણ રીતે મુક્ત સાહચર્ય પણ હોય છે. સ્વપ્ન રજૂઆત થાય તે પછી વિશ્લેષક તેના વિષયવસ્તુની

બાબતમાં દર્દીને મુક્ત સાહચર્ય કરવાનું કહે છે અને તેમાથી જે સાહચર્યો - સ્મૃતિઓ, આવેગો અને વધતા જતા સંરક્ષણોની જે નિશાનીઓ – મળે છે તેમાંથી જ સ્વપ્નના અજાગ્રત અર્થના સંકેતો મેળવવામાં આવે છે.

(ગ) પ્રતિરોધનું વિશ્લેષણ

મુક્ત સાહચર્ય કે સ્વપ્નોના સવહચર્યની પ્રક્રિયા દરમિયાન અસીલમાં પ્રતિરોધની પ્રક્રિયા પણ જોવા મળે છે. **પ્રતિરોધ એટલે અમુક નિશ્ચિત વિચારો, પ્રેરક બળો અને અનુભવો અંગે વાત કરવાની અનિચ્છા કે અશક્તિ.** દા.ત. અસીલ પોતાના બાળપણના અનુભવોની વાત કરતો હોય અને એકાએક મુદ્દો બદલી નાખે. વિશ્લેષક દર્દીને તે રીતે અસીલવાતને ઉદાવી દે છે. આવી ચર્ચાનો કોઈ અર્થ નથી, આવી વાત કરવી એ એક પ્રકારની બેવકુફી છે એવો તે દેખાવ કરવા માંડે છે. કેટલાંક સાહચર્યોની બાબતમાં અસીલ વધારે પડતું વાચારપણું દર્શાવે છે કે મુલાકાતના સમયે મોડો આવે છે કે અથવા તો મુલાકાત (એપોઈન્ટોન્ટ) ને જ સંપૂર્ણપણે ભૂલીજાય છે, મુલાકાત માટે આવે તોપણ મૂળ વાતને બદલે હસી-મઝાક કરે છે અને કેટલીક વાર તો વિશ્લેષક જોડે લડાઈ ઝગડા કરે છે. અસીલનાં આ પ્રકારનાં બધાં વર્તનો પ્રતિરોધની પ્રક્રિયાનો નિર્દેશ કરે છે. મનોપચારમાં અજાગ્રત મનની પીડાદાયક અને ભયાનક સામગ્રી ચેતન સપાટી પર લાવવાનો પ્રત્ન કરવાનો હોય છે. પરંતુ આ પ્રયત્નમાં અસીલ ગભરાઈ જાય છે આથી તે પ્રતિરોધનો માર્ગ અપનાવે છે. આવા સમયે વિશ્લેષક તેના અસીલને કે દર્દીને સમજાવે છે કે તે **પ્રતિરોધ** કરી રહ્યો છે અને જો તે એવું જ કર્યા કરશે તો તેને જે **સ્વ** ની ઓળખ મેળવવી છે તે મેળવી શકશે નહી અને તેની માનસિક સમસ્યાનો કોઈ ઉકેલ આવસે નહી. અસીલે ઉપચારકની સહાયથી આ પ્રતિરોધ દૂર કરવાનો છે.

(ઘ) સ્થાનાંતરનું વિશ્લેષણ

જેમ મનોવિશ્લેષણ આગળ વધે છે તેમ અસીલ વિશ્લેષક સમક્ષ પોતાના જીવનનાં એવાં એવાં સત્યો રજૂ કરે છે જે તેણે કદી કોઈની સમક્ષ કહ્યાં હોતાં નથી આ સંજોગોમાં મનોપચારના બે સાથીદારો – મનોપચારક અને દર્દી – વચ્ચેનો સંબંધ અત્યંત સંકુલ સ્વરૂપ ધારણ કરે છે.

ફ્રોઈડે પોતાના વિશ્લેષક તરીકેની પ્રેક્ટિસ દરમિયાન નોંધેલું કે તે પોતે તટસ્થ અને બિનપ્રતિબદ્ધ રહેતો હોવા છતાં તેના ઘણા દર્દીઓ તેના પ્રત્યે અત્યંત પ્રબળ અને ઘણી વાર મિશ્ર લાગણીઓ વ્યક્ત કરતા હતા. કેટલીક વાર બાળકની જેમ તેની તરફ તેઓ સ્નેહ દર્શાવતા કે તેની પર પરાધીન થઈ જતા જ્યારે બીજા સમયે તેની તરફ કટુ વૈરભાવ અને વિદ્રોહની લાગણી વ્યક્ત કરતા હતા. ફ્રોઈડે આ પ્રક્રિયાને **સ્થાનાંતર** તરીકે ઓળખાવી હતી જેમાં માતાપિતા કે નિકટની અન્ય વ્યક્તિ સાથેના સંબંધો દ્વારા અસીલે પ્રાપ્ત કરેલ મનોવલણો અને લાગણીઓને તે વિશ્લેષક સાથે પણ ચાલુ રાખે છે કે તેને લાગુ પાડે છે.

સ્થાનાંતર એ ચિકિત્સાત્મક પ્રક્રિયાનું આવશ્યક અંગ છે. પરંપરાગત મનોવિશ્લેષકો તો એમ માને છે કે ચિકિત્સાની સફળતા માટે અસીલે **સ્થાનાંતર ન્યૂરોસિસ** ના તબક્કામાંથી પસાર થવું પડે છે. આ તબક્કામાં બાળક તરીકે માતાપિતા સાથે તેણે જે સંઘર્ષો અનુભવ્યા હોય છે તેની પુનઃ ભજવણી વિશ્લેધક સાથે થાય છે. આ પુનઃ ભજવણી તથાં અસીલ કે દર્દી તેના ન્યૂરોસીસની કન્દ્રરૂપ બાબત સુધી પહોંચે છે.

સ્થાનાંતરની આ સમસ્યા કેવળ અસીલ પૂરતીજ સિમીત જોવા મળતી નથી ઉપચારક કે વિશ્લેષકમાં પણ પોતાની અસીલ પ્રત્યે લાગણીઓનું મિશ્રણ જોવા મળતું હોય છે. આ ઘટનાને પ્રતિ – સ્થાનાંતર તરીકે ઓળખવામાં આવે છે. આ પ્રતિસ્થાનાંતર પરિસ્થિતિને ઓળખવી અને તેની સાથે યોગ્ય રીતે કામ પાર પાડવું તે મનોપચારક માટે ખૂબજ કુશ્કેલ કાર્ય છે. આ જ કારણે દરેક મનોવિશ્લેષકે મનોપચારની સ્વતંત્ર કામગીરીની શરૂઆત કરતા પહેલાં પોતાની જાતનું મનોવિશ્લેષણ કરાવવું પડે છે.

મનોપચારના અંતિમ તબક્કામાં અસીલની સ્થાનાંતર પરિસ્થિતિનું નિરાકરણ થાય છે અને અસીલની સમસ્યાનો પણ અંત આવે છે. હવે તે મનોપચાર પૂરો કરવાની તૈયારી કતાવે છે. આવી તૈયારીની સાથે જ મનોવિશ્લષણનું કાર્ય પૂર્ણ થયેલું ગણવામાં આવે છે.

(૨) મનોગત્યાત્મક ઉપચારમાં ફ્રોઈડ પછીના રૂપાંતર

હાલમાં ફ્રોઈડની પ્રયુક્તિઓને ચુસ્ત રીતે બહુજ ઓછા મનોગત્યાત્મક ઉપચારકો અનુસરે છે, જ્યારે બીજા કેટલાકે ફ્રોઈડની પરિભાષા જાળવી રાખી છે. પરંતુ પોતાની રીતે મનોવિશ્લેષણનું સ્વરૂપ બદલ્યું છે. મનોવિશ્લેષકો ફ્રોઈડના કરતા ફ્રોઈડના અનુઅનયાયીઓના સિદ્ધાંતોને વધુ પ્રમાણમાં અનુસરે છે. ફ્રોઈડ પછીના ઘણા ચિંતકોએ ફ્રોઈડની ઘણીબધી બાબતોને નકારી કાઢી છે. ફ્રોઈડ માનતા હતા કે ઈડ એ માનવવિકાસમાં પ્રાથમિક પ્રેરકબળ છે. એડલરે ઈડને બદલે વર્ચસ્વવૃત્તિ અને સામાજિક સંબંધોની અસરો પર ભાર મૂક્યો જ્યારે યુંગે અચેતનની સમૃદ્ધિ અને સર્જનાત્મક સંભવિક્તા પર ભાર મૂક્યો. આ અને આવા બીજા ચિંતકોના પ્રસાદને લીધે આજે મનોગત્યાત્મક ઉપચારનું સ્વરૂપ બદલાઈ ગયું છે આજનો મનોગત્યાત્મક ફ્રોઈડથી નોંધપાત્ર રીતે જુદો પડે છે. એક તો આજનો મનોગત્યાત્મક ઉપચારક ફ્રોઈડના કરતાં વધુ સક્રિય રીતે મોઢા – મોઢની વાતચીત કરે છે. કોચનો ઉપયોગ હવે ભાગ્યે જ કરવામાં આવે છે. ફ્રોઈડ કરતા પણ વધુ પ્રમાણમાં તેઓ બોલે છે, અર્થઘટન કરે છે. નિર્દેશો આપે છે, સલાહસુચનો આપે છે. બીજુ આજનો ઉપચારક અસીલના ભુતકાળની અવગણના કરતો નથી પરંતુ અસીલના વર્તમાન જીવન પર વધુ ધ્યાન પાપે છે. ખાસ કરીને અસીલના વૈયકિતક સંબંધો પર વધુ ધ્યાન આપવામાં આવે છે આ ઉપરાંત આજનો મનોગત્યાત્મક પચાર રૂઢિચુસ્ત મનોવિશ્લેષણના પ્રમાણમાં ટૂંકો અને ઓછો છે. ઉપચમરક અને અસીલ અઠવાડિયે એકથી બે આર મહીના કે થોડા વર્ષો મળે છે ફ્રોઈડ પછીની જે મનોપચાર પદ્ધતિઓ વિકસી છે તેમાંથી નમૂના તરીકે બે પચાર પદ્ધતિઓની અત્રે ચર્ચા કરી છે.

(ક) ઈગો મનોવિજ્ઞાન

ઈડના સિદ્ધાંતોમાં મુખ્યત્વે સુધારા કરવાનું માન ઈગો મનોવૈજ્ઞાનીકોને ફાળે જાય છે. આ મનોવૈજ્ઞાનિકોમાં હેઈન્ઝ હાર્ટમન અને એરીક એરિક્સનનાં નામ ખાસ કોઈ છે. ઈગો મનોવિજ્ઞાનનો પાયાનો ખ્યાલ એ છે કે ઈગો છે ઈડની જેમ જ વર્તનનું નિયંત્રણ કરનાર એટલું જ મહત્વ પરિબળ છે. ફ્રોઈડ એમ માનતા હતા કે ઈગો ઈડમાથી જ તેની ઉર્જા મેળવે છે. ઈડની જાતીય અને આક્રમક વૃત્તિઓ અને વાસ્તવિકતા વચ્ચે મધ્યસ્થી કરવી એ ઈગોનું કામ છે. આથી વિરુદ્ધ ઈગો મનોવૈજ્ઞાનીકો એમ માને છે કે ઈગોની પોતાની આગવી ઊર્જા છે અને

સ્મરણ, નિર્ણય સમસ્યાઉકેલ આયોજન જેવાં તેનાં કાર્યો તે ઈડથી સ્વતંત્ર રીતે બજાવે છે. ઈગો મનોવૈજ્ઞાનિકો આંતરવૈયક્તિકં સંબંધોને નિર્ણાયક ગણે છે. અને તેમાય માતા બાળકના સંબંધો પર તેઓ વિશેષ ભાર મૂકે છે. એરિક્સને ફ્રોઈડના મનોજાતીય સિદ્ધાંતને સુધારીને મનોસામાજિક વિકાસ નો સિદ્ધાંત આપ્યો છે. જેમાં બીજાઓ સાથેની આંતરક્રિયા દ્વારા વિકાસ એ બાબતને મહત્વ આપવામાં આવ્યું છે.

ઈગો મનોવૈજ્ઞાનિકોનું પ્રદાન પ્રેક્ટિકલ કરતાં સૈદ્ધાંતિક વિશેઘ છે. ઉપચારમાં તેઓ પોતાની વ્યક્તિગત પ્રયુક્તિઓની સાથે ફ્રોઈડની પદ્ધતિઓનો મેળ બેસાડવાનો પ્રયત્ન કરે છે. સામાન્ય રીતે રૂઢિચુસ્ત ફ્રોઈડવાદીની જેમ તેઓ સ્વપ્નોનું અર્થઘટન, પ્રતિરોઘનું વિશ્લેષણ અને સ્થાનાંતર વિશ્લેષણ પર આઘાર રાખે છે. જ્યારે ફ્રોઈડવાદીઓથી જુદા પડીને તેઓ પોતાના અસીલનો બાબતમાં વઘુ સક્રીય હોય છે, મનના આંતરિક પડળો પર જ ઘ્યાન કેન્દ્રીત કરવાને બદલે તેઓ પોતાનો અસીલ તેના વાર્તમાન સામાજિક વિશ્વનો સામનો કરવા સમર્થ બને તે માટે સહાય કરે છે. ઈગો મનોવૈજ્ઞાનિકો ભૂતકાળની તુલનામાં વર્તમાન પર ભાર મુકે છે, બાળપણના અનુભવની પુનઃભજવણી (રીપ્લે) કરતાં અસ્મિતા ના વિકાસ પર ભાર મુકે છે. તેઓ ઉપચારની પરિસ્થિતિને એક ઘરઆંગણાની પરિસ્થિતિ ગણે છે જેના આઘારે અસીલ જીવાનનાં નવાં સાહસોમાં ઝૂકાવવા સમર્થ બને છે. બાળપણના અનુભવોને પુનઃ અનુભવવા માટે નું માત્ર એક માળખું જ ઈગો સાયકોલોજીમાં પૂરું પાડવામાં આવતું નથીં. પરંતુ તેનાથી કંઈક વિશેષ તેમાં કરવામાં આવે છે.

(ખ) સુલીવાનનો ઉપચાર

હેરી સ્ટેક સુલીવાને મનોપચારમાં જે પ્રદાન કર્યુ છે તેની ખાસ નોંઘ લેવી જોઈએ કારણ કે આંતરવૈવ્યક્તિક ઘટક પર ભાર મુકવામાં તે ઈગો મનોવૈજ્ઞાનિકોથી પણ એક કદમ આગળ ગયો છે. સુલીવાને બતાવ્યું છે. વ્યક્તિના બીજાઓ સાથેના એટલે કે પોતાના સિવાયના અન્ય લોકો સાથેના સંબંઘોમાં કોઈ વિક્ષેપ આવે તો સુલીવાન તેને આંતર વૈયક્તિક વિક્ષેપ તરીકે ઓળખાવે છે. સુલીવાન માને છે કે બીજાઓ સાથેના સંબંઘોમાં વ્યક્તિ જ્યારે

સ્વરક્ષણાત્મક શૈલી અપનાવે ત્યારે આવો વિક્ષેપ ઊભો થાય છે. આવી શૈલીનાં લક્ષણો બાળપણના અનુભવોમાંથી જ વિકસે છે અને પુખ્ત વયે પણ તે ચાલુ રહે છે, કે તેનું વહન થાય છે. આ જ કારણે સુલીવાન વાદી ઉપચારકો અસીલના કૌટુંબિક સંબંધો પર ભાર મુકે છે. આ ઉપરાંત અસીલના જીવનની અન્ય મહત્વની વ્યક્તિઓ સાથેના સંબંધો પર અને ખુદ ઉપચારક સાથેના સંબંધોને પણ તે મહત્વના ગણે છે.

આંતરવૈયક્તિક ઘટક પર ભાર મૂકવા ઉપરાંત સુલીવાનવાદીઓ ફ્રોઈડવાદીઓ કરતાં ઉપચારમાં વધુ સક્રિય ભૂમિકા ભજવે છે. તેઓ માત્ર પ્રતિભાવ આપતા નથી. પરંતુ એથી આગળ વધીને ચર્ચાના વિવિધ મુદ્દાઓની શરૂઆત પણ કરે છે. અસીલ નું વ્યક્તિત્વ અને અસીલની તે સમયની જરૂરીયાતને અનુલક્ષીને સુલીવાનઆદી ઉપચારક અસીલની જરૂરીયાત શી છે તે સમજીને અનાસક્તિવાળો, પરાનુભૂતિવાળો, સહૃદયતાવાળો, આગ્રહી કે શાબ્દિક રીતે આક્રમક (અમુક હદ સુધી) લાગે છે. આમાથી તે કેવો લાગશે તેનો આધાર અશીલની તે સમયે શું જરૂરિયાત છે.

(૩) મનોગત્યાત્મક ઉપચારના લાભાલાભ

મનોવિજ્ઞાનના ઇતિહાસમાં વિવાદના અનેક મુદ્દાઓ છે પરંતુ તે સૌમાં મનોગત્યત્મક ઉપચાના મૂલ્ય અંગેનો વિવાદ સૌથી શિરમોર છે. આ ઉપચારને વખાણવામાં પણ એટલો જ આવ્યો છે અને વખોડવામાં પણ એટલો જ આવ્યો છે.

મનોગત્યાત્મક ઉપચાર સામે પહેલો વાંધો એ છે કે તેની વૈજ્ઞાનીક યથાર્થતા નક્કી કરવી મુશ્કેલ છે . જોકે આધુનીક વર્ષોમાં ફ્રોઈડના કેટલાક વિચાર અને આંતરસૂઝોને અનુભવની એરણ પર ચકાસતાં તે ખરી ઊતરી છે. આ ઉપરાંત મનોગત્યાત્મક ચિકિત્સકોએ પોતાના વિશાળ અનુભવને પરિણામે ઘણા નોંધપાત્ર **ચિકિત્સાત્મક નિરીક્ષણો** સંશોધકોને પૂરાં પાડ્યાં છે. આમ છતાંયે મોટા ભાગનાં મનોગત્યાત્મક અને ખાસ કરીને મનોવિશ્લેષણાત્મક લખાણો વૈજ્ઞાનિક આભારો કે માપ પર નહીં પરંતુ અંતઃસ્ફુરણા અને વ્યક્તિગત ચુકાદા પર આધારીત છે એ વાત પણ એટલીજ સાચી છે.

મનોગત્યાત્મક ઉપચાર **ભદ્ર વર્ગ** માટે છે. સામાન્ય લોકોને તે પોષાય તેમ નથી. અન્ય ઉપચાર કરતાં તેમાં લાંબો સમય જતો હોવાથી માત્ર ધનિકોને જ તે પોષાય તેમ છે. બીજું, આ ઉપચાર દ્વારા માત્ર ન્યૂરોટિક (સૌમ્ય મનોવિકૃત) ને સાજાસારા કરી શકાય છે.તીવ્ર મનોવિકૃતો માટે આ ઉપચાર કામનો નથી. આ ઉપચારમાં શબ્દોનો એટલા મોટા પ્રમાણમાં ઉપયોગ થાય છે કે જેઓ વાચાળ અને સુશિક્ષિત છે તેમનો જ ઉપચાર આ રીતે થઈ શકે તેમ છે. માત્ર YAVIS દર્દીઓ એટલે કે અને માટે મનોગત્યાત્મક ઉપચાર કામનો છે એમ કહેવાય છે. બીજા શબ્દોમાં કહીએ તો, જેઓ જીવનના મોટા ભાગનાં ક્ષેત્રોમાં સફળ થયા હોય તેવા લોકો જ મનોગત્યાત્મક ઉપચારથી લાભાન્વિત થાય છે.

વર્તમાન સમય માં થતા મનોગત્યાત્મક ઉપચારમાં પહેલા કરતાં ઓછો સમય લેવામાં આવે છે. આથી હવે આ ઉપચાર પદ્ધતિ ઓછી ખર્ચાર બની છે. એ સાચી છે કે વાચાળ અને સુશિક્ષિત એવા મધ્યમ વર્ગના ન્યૂરોટિક્સને તેનાથી વિશેષ ફાયદો થાય છે. આત પરંતુ આના પરથી અટલું તો પુરવાર થાય છે કે મનોપચારની આ પદ્ધતિ ઉપયોગી તો છે જ.

(ખ) મનોપચારનો માનવવાદી અભિગમ

મનોઉપચારના માનવવાદી અભિગમના દર્દી પોતાના સાચા સ્વ ની પ્રાપ્તિ કરી શકે તે માટે ઉપચાર તેને સહાય કરે છે. મનોપચારના અન્ય અભિગમોથી આ અભિગમ નોંધપાત્ર રીતે જુદો છે. આ અભિગમમાં અસીલ-ઉપચારક સંબંધની નિકટતા પર વધુ ભાર મૂકવામાં આવે છે. આ પ્રકારની ઉપચારપદ્ધતિમાં ઉપચાર બને તેટલો વધુ ને વધુ અસીલની સાથે રહે છે. ઉપચાર દર્મિયાન હુંફ અને પ્રામાણિકતાનો જે અનુભવ થાય છે તેમાથીજ અસીલને બળ મળે છે. માનવવાદી ઉપચારમાં કાર્લ રોજર્સ (૧૯૫૧) નામના અભ્યાસીએ યોજેલ અસીલ-કેન્દ્રીય ઉપચારની અત્રે ચર્ચા કરી છે.

(૧) અસીલ-કેન્દ્રિત ઉપચાર

અસીલ-કેન્દ્રિત ઉપચારની સાથે કાર્લ રોજર્સ નામના મનોપચારકનું નામ સંકળાયેલું છે. આ પ્રકારના ઉપચાર અભિગમમાં એમ માનવામાં આવે છે કે કુદરતી રીતે જ માનવ માત્ર સારો છે અને તેના પોતાનામાં જ પોતાની શક્તિઓનો આવિષ્કાર કરવાનું કુદરતી વલણહોય છે. અલબત તેના સ્વ – આવિષ્કારના વલણનો આધાર તેને મળતા સામાજિક વાતાવરણ પર છે. પોતાના કુટુંબ અને પોતાના મિત્ર – વર્તુળમાંથી લોકો ઘણી વાર સામાજિક યોગ્યતાના અવાસ્તવિક ખ્યાલો ગ્રહણ કરતા હોય છે. આવા ખ્યાલોના લીધે તેઓ માની લે છે કે બીજાઓ

તેમને ચાહે, બીજાઓ તેમને સ્વીકારે તે માટે તેમણે અમુકજ રીતે વર્તવું પડસે અને અમુક જ રીતના બનવું પડશે. ઝોઓ જેવા હોય છે તેમ વર્તી સકતા નથી કે જીવી શકતા નથી. તેમણે બાંધેલા સામાજિક યોગ્યતાના અવાસ્તવિક ખ્યાલને કારણે તેઓને પોતાના અનુભવોમાંથી મોટા ભાગની બાબતોને ચાળી નાખવી પડે છે. જેમ કે તેમને ગુસ્સો પ્રગટ કરવો છે, વહાલ બતાવવુ છે, ક્રિકેટ ટેનિસના ખેલાડી બનવા પ્રયત્ન કરવો છે, નાટકમાં અભિનય કરવો છે, ઘરે બેસીને કવિતા લખવી છે કે શાસ્ત્રીય સંગીત શીખવું છે પરંતુ તેઓ તેમ કરી શકતા નથી કારણ કે તેમને માટે જે સામાજિક યોગ્યતા ના ધોરણો બંધાઈ ગયા હોય છે તે એમને તેમ કરતાં રોકે છે. આ રીતે તેમના **સ્વ** નું જે અનાવરણ થવું જોઈયે તેમાં અવરોધ કે અંતરાય આવે છે જેને પરિણામે વ્યક્તિ પોતાના વાતાવરણ સાથે સારી રીતે સમાયોજન સાધી શકતો નથી અને એક પ્રકારના અસુખનો અનુભવ કરે છે.

રોજર્સના મતે આ સમસ્યા હલ કરવાનો એક જ ઉપાય છે. સામાજિક યોગ્યતા જે અવાસ્તવિક ખ્યાલો ઊભા થયા છે તેને દુર કરવા જોઈએ. આ લક્ષ્યને પહોંચવા માટે અસીલ-કેન્દ્રિત ઉપચાર પદ્ધતિનો આશ્રય લેવો જોઈએ.અસીલ-કેન્દ્રિત ઉપચારનું નામ જ બતાવે છે કે આ પ્રકારના ઉપચારમાં અસીલના વ્યક્તિત્વ પર જ સીધેસીધું ધ્યાન કેન્દ્રિત કરવામાં આવે છે. માનવવર્તન વિશેના કોઈ સિદ્ધાંતો કે નિયમો પર તેમાં ધ્યાન કેન્દ્રિત કરવામાં આવતું નથી. અસીલ ને પોતાને પોતાના સ્વની ઓળખ કરવાની છે તેથી ઉપચારક અસીલની દ્રષ્ટિથી જગતને જોવાનો પ્રયત્ન કરે છે જેથી અસીલ પોતાના અનુભવોને મૂલ્યવાન ગણતોથાય છે. ઉપચારક આ લક્ષ્યને પ્રાપ્ત કરી શકે તે માટે નીચે મુજબના ત્રણ પરિબળો મહત્વનાં છે :

(૧) ઉપચારક અસીલ પ્રત્યે બિનસરતી વિધાયક માન બતાવે છે. માતાપિતા પાસેથી બાળકોએ જે સ્વીકારની

લાગણી અનુભવી હોય છે તે આંશીક અને શરતી હોય છે, જ્યારે ઉપચારક અસીલને પૂર્ણ સ્વીકાર નો અનુભવ કરાવે છે. ઉપચારકને આશા હોય છે કે આમ કરવાથી જ તેનો અસીલ ના અનુભવની સમગ્રતા ને સ્વીકારતો થશે.

(૨) આ પ્રકારના ઉપચારમાં ઉપચારક તેના અસીલને **પરાનુભૂતિક સમજણ** અનુભવ કરાવે છે. ઉપચારની સફળતા માટે કદાચ આમાથી મહત્વની બાબત છે. રોજર્સે (૧૯૮૦) આ પ્રક્રિયાનું (અસીલને સાંભળો) તરીકે ઘણી વાર વર્તન કર્યું છે. અસીલ જે કંઈ કહેતો હોય, જે કંઈ પ્રત્યાયન કરતો હોય તેનો પડઘો શક્ય તેટલા મામ સ્તરે ઉપચારકે પાડવો જોઈએ. રોજર્સના મતે મોટા ભાગના અસીલોની ફરિયાદ એ જ હોય છે કે તેમની વાત કોઈ ધીરજથી સાંભળતું જ નથીં (તમારી પણ આવી ફરિયાદ છે ને !) એક વખત ઉપચારક અસીલને બરાબર સાંભળે એટલે અસીલ જે કંઈ કહેતો હોય છે તેનું ઉપચારક પ્રતિબિંબ પાડે છે. અસીલ જે લાગણીઓ વ્યકત કરે છ તેને ઉપચારક ઝીલી રહ્યો છે. એની પ્રતીતિ અસીલને આવા પ્રતિબિંબ દ્વારા કરવામાં આવે છે. આ પ્રક્રિયાને લીધે અસીલને તેની લાગણીઓ અંગે સ્પષ્ટતા કરવાની તક મળે છે. ઉપચારકે અસીલની લાગણીઓનો સહેજે પણ અસ્વીકાર કર્યો હોતો નથી એ કારણે પણ અસીલ ધીરેધીરે પોતાની લાગણીઓને વધુ ને વધુ અભિવ્યક્ત કરતો થાય છે.

(3) અસીલકેન્દ્રી ઉપચારકની ત્રીજી આવશ્યકતાને રોજર્સ અનુરૂપતા કે વાસ્તવિકતા તરીકે ઓળખાવે છે. અહીં અનુરૂપતાનો અર્થ છે અસીલ જે તે પળે જે કંઈ અનુભવતો હોય તેને સ્પષ્ટપણે જાણવાની અને તેને શબ્દોમાં મૂકવાની ઉપચારકની શક્તિ ઉપચારકમાં આવી શક્તિ હોય તો અસીલના હૃદયને તે સ્પર્શે છે અને તેના કારણે ઉપચારક અને અસીલનો સંબંધ વધુ નિકટનો બને છે.

રોજર્સના અસીલકેન્દ્રી ઉપચારની આટલી ચર્ચા પરથી સમજી શકાયું હશે કે પરાનુભૂતિ આટલી અને અંત : સ્ફૂરણા એ બે રોજર્સની ઉપચારપદ્ધતિમાં પાયાની બાબતો છે. મનોગત્યાત્મક ઉપચારક અસીલના અનુભવોનું અર્થઘટન કરવા માટે અમુક અંશે અસીલના અનુભવોની વર્તુળની બહાર રહે છે જ્યારે રોજર્સની પદ્ધતિને અનુસરનાર ઉપચારક અને અસીલ વચ્ચેના અંતરને બને તેટલું ઓછું કરવાનો પ્રયત્ન કરે છે. રોજર્સની પદ્ધતિમાં ઉપચારક અસીલની સાથે શક્ય તેટલું વધુ ને વધુ રહેવાનો પ્રયાસ કરે છે.

અસીલ - કેન્દ્રિત મનોપચારને **અનિર્દેશાત્મક ક્નોપચાર** તરીકે પણ ઓળખવામાં આવે છે કારણ કે આ મનોપચાર પ્રક્રિયામાં મનોપચારક અસીલને કોઈપણ પ્રકારની દોરવણી આપવાનું કાર્ય કરતો નથી. આમાં અસીલ જે કંઈ કહે તેનો મનોપચારક ન તો કોઈ જવાબ આપે છે કે ન તો કંઈ અર્થઘટન કરે છે. આ પ્રકારની ઉપચારપદ્ધતિમાં મનોપચારક અસીલના અભાન સંઘર્ષોની તપાસ કરતો નથી કે અસીલને કોઈ મુદ્દા પર લઈ જવા માટે દોરતો પણ નથી. આ ઉપચારપદ્ધતિમાં ઉપચારક અસીલને ધ્યાનપૂર્વક સાંભળે છે. અસીલ જે કંઈ વાત કરવા માગતો હોય તેનું મનોપચારક અન્ય શબ્દોમાં પુન : નિવેદન કરતો રહે છે. આ ઉપચારમાં ઉપચારના પુન : નિવેદન વખતે જ અસીલને બોલતો અટકાવવામાં આવે છે. મનોપચારકના કોઈપણ પ્રકારના ચુકાદા (જજમેન્ટ) કે અર્થઘટન વિનાના પુનઃ નિવેદનથી અસીલ પોતાની જે લાગણીઓ અને વિચારનોનું અન્વેષણ કરવા માગતો હોય તેની બાબતમાં વધારે સ્પષ્ટતા મળી રહે છે.

મનોપચાર અને સલાહ (કાઉન્સેલિંગ) નાં વલણો અંગેના સર્વેક્ષણ મુજબ ચિકિત્સા ક્ષેત્રના વ્યવસાયીઓમાં કાર્લ રોજર્સ સૌથી વધુ પ્રભાવશાળી મનોપચારકોમાંના એક ગણાય છે. મનોપચારમાં પ્રાયોગીક સંશોધનની શરૂઆત કરવાનું માન પણ કાર્લ રોજર્સે જ મેળવેલું છે. રોજર્સ મનોપચારની બેઠકો દરમિયાનની ક્રિયાવિધિનું ધ્વનિમુદ્રણ કરીને અસીલે જે કહ્યું હોય તેનું, અસીલ - મનોપચારક વચ્ચેના સંબંધનું અને મનોપચારની બેઠકો દરમિયાનની વિકાસ - પ્રક્રિયાનાં ઘણાંબધાં પાસાઓ વિશેનું પછીથી પણ વસ્તુલક્ષી રીતે વિશ્લેક્ષણ કરી શકતો હતો. આ ધ્વનિમુદ્રણના લીધે મનોપચારના વિવિધ તબક્કાઓમાં અસીલના વર્તન અને મનોવલણની તુલના તે કરી શકતો હતો. આ તુલના અસીલે જેમાંથી પસાર થવાનું છે તેનો વિશિષ્ટ ક્રમ દર્શાવે છે. જેમ કે પ્રારંભિક બેઠકોમાં નિષેધક લાગણીઓ અને નિરાશાનો પ્રભાવ જોવા મળે છે તે પછી થોડા સમય બાદ કામચલાઉ આશાવાદી નિવેદનો અને સારા એવા સ્વ સ્વીકારનાં દર્શન થાય છે અને આખરે અસીલ અન્ય લોકો સાથેની વિધાયક લાગણી ખૂબ જ આત્મવિશ્વાસ અને લોકો સાથેની સિદ્ધાંતકલ્પનાને આધારે પૂરો પાડયો છે. રોજર્સે સિદ્ધાંતકલ્યના કરેલી કે એક વાર અમુક રીતે કાર્ય કરવાની મુક્તિના અનુભવ પછી વ્યક્તિમાં માનસિક સ્વાસ્થ્ય પ્રાપ્ત કરવા માટે પોતાની જાતને દોરવાની શક્તિ રહેલી છે.

(૨) માનવવાદી ઉપચારના લાભાલાભ :

માનવવાદી ઉપચારમાંની અસીલકેન્દ્રિત ઉપચારની લોકપ્રિયતા આજે ટકી રહી છે તેનું એક કારણ તો આ અભિગમની સરળતા છે. આ પ્રકારના ઉપચારકમાં ઉપચારકને મનોગત્યાત્મક ઉપચારકની જેમ કોઈ દુર્બોધ પ્રતીકો નું અર્થઘટન કરવાનું નથી કે પછી વર્તન ઉપચારની જેમ ખૂબજ ચોકસાઈવાળી ઉપચાર પ્રયુક્તિઓનો અમાલ કરવાનો નથી. અસીલ - કેન્દ્રિત ઉપચારકે તો માત્ર પરાનુભૂતિ અને હૂંફવાળા જ થવાનું છે. મોટા ભાગના લોકોને ઉપચારની આ શૈલી આકર્ષક લાગે તેમાં કોઈ આશ્ચર્ય નથી. આ પ્રકારની પદ્ધતિમાં દર્દીના પોતાનાં મત-મંતવ્યો અને દ્રષ્ટિબિંદુઓનું શક્ય તેટલું સન્માન કરવામાં આવે છે. આ જ તેની મોટામાં મોટી વિશેષતા છે.

આ વિશેષતા છતાં મનોગત્યાત્મક ઉપચારની જેમ આ ઉપચારની પણ કેટલીક ટીકાઓ થતી રહે છે. આ ઉપચાર પણ લાંબો સમય લે છે અને ખર્ચાળ છે. એટલું જ નહીં પણ કેવળ ન્યૂરોટિક (સૌમ્ય મનોવિકૃત) વિકૃતિઓ માટે જ આ ઉપચાર ઉપયોગી છે. જનસંખ્યાના અમુક જ ભાગને તેનાથી ફાયદો થાય છે. માત્ર YAVIS દર્દીઓ એટલે કે Young Attractive, Verbal, Intelligent અને Successful દર્દીઓ જ તેનાથી લાભાન્વિત થાય છે. મનોગત્યાત્મકની જેમ માનવવાદી ઉપચારને પણ અવૈજ્ઞાનીક ગણવામાં આવે છે. આ ઉપચારનું આનુભવિક રીતે મૂલ્યાંકન કરવાનું અઘરુ છે. જોકે રાજર્સ અને તેના અનુયાયીઓએ તેમના સિદ્ધાંતો અને ઉપચારની વૈજ્ઞાનિક રીતે ચકાસણી થાય તે માટે સખત જહેમત લીધી છે. ઊ-જીિ નામની વ્યક્તિત્વમાપન કસોટી એ રોજર્સ અને તેના અનુયાયીઓનું મુખ્ય સંશોધન છે. આ કસોટીમાં પ્રયોગપાત્રની સ્વ - પ્રતિમાં અને આદર્શ સ્વ નું માપન કરવામાં આવે છે. ઊ-જીિ કસોટી સાથેનાં સંશોધનોએ રોજર્સની દલીલનું સમર્થન કર્યું છે. રોજર્સની દલીલ એવી છે કે જેઓ ઉપચાર માટે આવે છે તેઓમાં અતિસશય નિષેધક સ્વ - પ્રતિમા હોય છે અને તેમના પોતાના માટે અવાસ્તવિક ઊંચા આદર્શો હોય છે. અસીલ - કેન્દ્રી ઉપચારમાં આ બે વચ્ચેનું અંતર ઓછું

કરવાનો પ્રયત્ન કરવામાં આવે છે. જેથી અસીલની સ્વ - પ્રતિમામાં સુધારો થાય અને **આદર્શ સ્વ** વાસ્તવિકતાની ધરતી પર આવે.

(ગ) મનોપચારનો વર્તનવાદી અભિગમ :

મનોપચારના વર્તનવાદી અભિગમમાં એમ માનવામાં આવે છે કે વર્તન સમધારણ હોય કે વિષમધારણ (અસાધારણ) તેના નિયમો એક જ પ્રકારના હોય છે. બીજી રીતે કહીએ તો વર્તન સમધારણ હોય કે ન્યુરોટિક હોય કે સાયકોટિક હોય તેના નિયમો જુદા હોતા નથી. આથી જ જેઓ વર્તન – સમસ્યાઓનો ભોગ બન્યા હોય છે તેમને શીખવાની ક્રિયા અને અન્ય પ્રાયોગિક રીતે તારવેલા સિદ્ધાંતો દ્વારા એવા કૌશલ્યો શીખવી શકાય છે જેથી તેમની વર્તન – સમસ્યા દૂર થઈ શકે. વર્તનવાદીઓ વર્તનને કોઈ આંતરિક સંઘર્ષના ચિહ્ન કે સંકેત તરીકે ગણતા નથી જ્યારે વર્તન – સમસ્યા હોય ત્યારે વર્તનવાદી ઉપચારકો વર્તનને જ લક્ષ્ય ગણી તેને જ નિશાન બનાવે છે. આ જ કારણે વર્તનવાદીઓ મનોગત્યાત્મક ઉપચારકોની તુલનામાં વ્યક્તિનાં ભૂતકાળની ઝાઝી ખણખોદ કરતા નથી. આનો અર્થ એવો નથી કે વર્તનવાદીઓ અસીલના વ્યક્તિ – ઈતિહાસની અવગણના કરે છે. તેઓ સ્વીકારે છે કે વર્તમાન વર્તન પર ભૂતકાળમાં જે કંઈ શીખ્યા હોય તેની અસરો શોય છે. આમ છતાંય વર્તનવાદીઓ એ બાબત પર ભાર મૂકે છે કે અપઅનુકૂલિન વર્તન ની જાળવણી ભૂતકાળના સંજોગોથી નહીં પરંતુ વર્તમાનના સંજોગોના લીધે થાય છે. આ વર્તમાન સંજોગો ભૂતકાળ ના સંજોગો કરતાં ખૂબ જુદા હોય તે શક્ય છે. આજ કારણે વર્તનવાદી ઉપચારકો વર્તન – સમસ્યાને પ્રગટાવનારા અને પ્રબલન પૂરું પાડનાર સંજોગો પર જ ભાર મૂકે છે.

વર્તનવાદી ઉપચારકો ક્રિયાલક્ષી અભિસંધાન અને પ્રતિક્રિયાલક્ષી અભિસંધાન અને વિલોપન ની પ્રયુક્તિઓનો ઉપયોગ કરે છે. જ્યારે વ્યક્તિના બાહ્ય વર્તન નું પરિવર્તન કરવાનું પ્રાથમિક લક્ષ્ય હોય ત્યારે ઉપચારમાં ક્રિયાલક્ષી અભિસંધાન પ્રયુક્તિઓ ઉપયોગમાં લેવાય છે અને જ્યારે વ્યક્તિના આવેગમાં પરિવર્તન કરવાનું પ્રાથમિક લક્ષ્ય હોય ત્યારે ઉપચારમાં પ્રતિક્રિયાલક્ષી અભિસંધાનની પ્રયુક્તિઓ ઉપયોગમાં લેવાય છે. અલબત કોઈપણ વ્યક્તિના

ઉપચારમાં આ બંને લક્ષ્યોને પરિપુર્ણ કરવાનાં હોય છે. આથી એક નહીં પણ વાસ્તવમાં બહુઅંગી અભિગમ જ અપનાવાય છે. અભ્યાસની સરળતા ખાતર જ આપણે આ બંને સિદ્ધાંતો અને તેની પ્રયુક્તિઓને અલગ - અલગ રીતે વર્ણવીએ છીએ.

(૧) ક્રિયાલક્ષી અભિસંધાન પ્રયુક્તિઓ :

ક્રિયાલક્ષી અભિસંધાન એ પરિણામ દ્વારા શીખવાની પ્રક્રિયા છે. અમુક ઉદ્દીપક સંજોગોથી અમુક ચોક્કસ પ્રતિક્રિયાઓ ઉત્પન્ન થાય છે અને આ પ્રતિક્રિયાઓનાં વિધાયક કે નિષેધક પરિણામો આવે છે. આ પરિણામો ફરીથી તે ઉદ્દીપક પરિસ્થિતિ ઉત્પન્ન થતાં તે પ્રતિક્રિયાના પુનરાવર્તન કે પરિહાર માટે પ્રલોભન તરીકે કામ કરે છે. આ રીતે ક્રિયાત્મક વર્તન માં ત્રણ અંગો જોવા મળે છે.

- અમુક પ્રતિક્રિયા માટેના ઉદ્દીપકો કે સંકેત
- પ્રતિક્રિયા
- પરિણામો

વર્તન ઉપચારકોએ બતાવ્યું છે કે આ ત્રણે અંગોમાથી કોઈ એક અંગને બદલવાથી અપઅનુકૂલિન વર્તનમાં પરિવર્તન લાવી શકાય છે. મુખ્ય ક્રિયાલક્ષી અભિસંધાન પ્રયુક્તિઓ નીચે મુજબ છે :

(ક) પ્રાસંગિક પ્રબંધન :

કોઈપણ પ્રતિક્રિયાનાં પરિણામોનું તે પ્રતિક્રિયાની આવૃત્તિ બદલવાના હેતુસર હસ્તોપયોજન બરવામાં આવે તો તેને પ્રાસંગિક પ્રબંધન તરીકે ઓળખવામાં આવે છે. જેમ કે મંદબુદ્ધિનાં બાળકોને બૂટની દોરી બાંધતાં, જાતે ખાતા – પીતા, બોલતા અને અન્ય ઘણાંબધા કૌશલ્યો પુરસ્કાર દ્વારા શીખવવમાં આવે છે. આ જ રીતે સારાં શૈક્ષણિક પરિણામો મેળવવા માટે પ્રબલન પૂરું પાડવામાં આવે તો તેના સારા પરિણામો મળે છે.

(ખ) ઉદ્દીપક નિયંત્રણ :

વર્તનવાદીઓએ બતાવ્યુર છે કે ક્રિયાત્મક વર્તનનું નિયમન કેવળ પુરસ્કાર કે શિક્ષાથી જ થાય છે એવુ નથી. ક્રિયાત્મક વર્તન થાય તે પહેલાના ઉદ્દિપકો દ્વારા પણ તેનુર નિયમન થઈ શકે છે. આપણું વાતાવરણ પ્રબલનના સંકેતોથી છલોછલ હોય છે. આપણે તેના વિશે સભાન થયા વિના જ તેને એક યા બીજી રીતે અનુસરતા હોઈએ છીએ. જેમ કે ઘણા માણસો જમી રહે એટલે સિગારેટ પીતા હોય છે. કેટલાક લોકો છાપાં કે મેગેઝિનો વાંચતા વાંચતા સૂઈ જાય છે. આ દ્રસ્તોમાં જમવાનું પૂરું કરવું એ સિગારેટ પીવા માટેનો સંકેત છે. જેમ પરિણાનોનું નિયંત્રણ કરીને વર્તન પરિવર્તન કરી શકાય છે તેમ વર્તન માટેના સંકેતોનું નિયંત્રણ કરીને ઉદ્દીપક નિયંત્રણ કહેવામાં આવે છે.

ઉદ્દીપક નિયંત્રણમાં આપેલ ઉદ્દીપક અને આણેલ પ્રતિક્રિયા વચ્ચે ચોક્કસ આગાહી કરી શકાય તેવો સંબંધ સ્થાપિત કરવામાં આવે છે. આ માટે જે તે પ્રતિક્રિયા સાથે સંકળાયેલ બાકીના તમામ ઉદ્દીપકો અને જે તે ઉદ્દીપક સાથે સંકળાયેલ બાકીની તમામ પ્રતિક્રિયાઓનું દૂરીકરણ કરવામાં આવે છે. આ પ્રકારની પ્રયુક્તિઓ હેતુ ચોક્કસ ઉદ્દીપક (આ સિવાયના બીજા કોઈ ઉદ્દીપક દ્વારા નહીં) દ્વારા સ્વયંસંચાલીત રીતે જ ચોકકસ પ્રતિક્રિયા (આ સિવાયની બીજી કોઈ પ્રતિક્રિયા નહીં) આવે તેવી પરિસ્થિતિ સર્જવાનો છે. જો આ હેતુ સિદ્ધ થઈ જાય તો સ્વભાવિક રીતે જ ઉદ્દીપકોના અનાવરણ ની આવૃત્તિનું નિયંત્રણ કરવાથી પ્રતિક્રિયાની આવૃત્તિનું નિયંત્રણ થઈ જાય છે. એક દ્રષ્ટાંત લેવાથી આ વાત સ્પષ્ટ થશે. એવી એક સન્નારીની કલ્પના કરો કે જે પ્રમાણમાં સ્થૂળકાય છે અને પોતાની ખાવાની વારંવારતા ઘટાડવા માગે છે તો તેને અમુક ચોક્કસ સ્થાન સિવાય કોઈ જગ્યાએ તેણે ખાવું નહીં તેવી સલાહ આપવામાં આવે છે. આ ઉપરાંત ટેલિવિઝન જોતાં જોતાં, વાંચતાં વાંચતાં કે વાતો કરતાં કે વાતો કરતાં કરતાં પણ ખાવાની ના પાડવામાં આવે છે એટલે કે ખાતી વખતે ખાવા સિવાય બીજી કોઈ પણ પ્રવૃત્તિ કરવાની નથી. જો આ કાર્યક્રમને નિયમબદ્ધ રીતે અનુસરવામાં આવે તો ખાવા માટેના બધાજ સંકેતોનું અંતે દૂરીકરણ થઈ જાય છે અને તેના કારણે યદ્રુચ્છ રીતે અને ગમે ત્યરે ખાખા કરવાનું વર્તન પણ બંધ થઈ જાય છે.

(ગ) વિપરીત વર્તન :

સમસ્યારૂપ વર્તનને ઘટાડવા માટે વિપરીત વર્તનની પ્રયુક્તિનો પણ ઉપયોગ કરવામાં આવે છે. આ પ્રકારના વર્તનમાં એવું વર્તન કરવામાં આવે છે કે જેથી સમસ્યારૂપ વર્તન કરવું મુશ્કેલ કે અશક્ય બની જાય છે. જેમ કે ધુમ્રપાન બંધ કરવું હોય તે વ્યક્તિને ચ્યૂઇંગમ ખાવાનું કહેવામાં આવે તો તે વિપરીત વર્તનનું ઉત્કૃષ્ટ ઉદાહરણ છે. વ્યગ્રતાજનક પરિસ્થતિઓમાં સ્નાયવિક મનોતાણ ઉભી થાય છે. જો આ સંજોગોમાં સ્નાયુઓને શિથિલ કરવાની ઘણી પદ્ધતિઓ વિકસી છે પરંતુ તે બધામાં ઈ. જેકોબસને વિકસાવેલ ક્રમિક રીતે સ્નાયુઓનું સંકોચન શકય તેટલી સખત રીતે કરવાનું કહેવામાં આવે છે. આ સંકોચનને અમુક સેકંડ સુધી ટકાવીને તેને શિથિલ કરી દેવાનું હોય છે જેથી સ્નાયવિક તાણમાંથી સ્નાયવિક શિથિલતાની સ્થિતિમાં આવી શકાય. આ પ્રયુક્તિનો એક હેતુ વ્યક્તિને તાણ અને વિશ્રાંતિ વચ્ચેનો ભેદ કઈ રીતે પ્રાપ્ત કરવી તે શીખવવામાં આવે છે. આ પ્રયુક્તિનો મહાવરો જેમ જેમ વધતો જાય તેમ વ્યક્તિને મનોતાણનો અનુભવ થતાંની સાથે જ તેઓ પોતાના સ્નાયુઓને શિથિલ કરી શકે છે અને એ રીતે તેમની વ્યગ્રતા પણ દૂર થાય છે. ખિન્નતાના દર્દીઓની મનોતાણ ઓછી કરવામાં અને અનિદ્રાની સમસ્યાને હળવી કરવામાં ક્રમિક વિશ્રાંતિની પ્રયુક્તિ વધુ સર્વગ્રાહી ઉપચારના એક અંગ તરીકે વિશેષ પ્રમાણમાં ઉપયોગમાં લેવાય છે. જેમકે પદ્ધતિસરની અસંવેદનીકરણની પ્રયુક્તિનો ઉપયોગ કરતા હોઇએ તો તેના એક અંગ તરીકે વિશ્રાંતિની પ્રયુક્તિનો ઉપયોગ કરવામાં આવે છે.

(ઘ) મોડેલિંગ :

મોડેલિંગમાં વ્યક્તિ જેને મોડેલરુપ (દષ્ટાંતરુપ) ગણે છે તેવી વ્યક્તિના વર્તનનું અનુકરણ કરી નવું વર્તન શીખે છે. મોડેલિંગમાં ઉદિપકો, પ્રતિક્રિયા અને પરિણામોથી કંઇક વિશેષ છે. મોડેલિંગનો આધાર આ બધા ઉપરાંત પ્રતિકાત્મક પ્રક્રિયાઓ પણ છે. આ પ્રક્રિયાઓમાં અનુકરણ કરનારની મોડેલ જેવા બનવાની તેમજ મોડેલરુપ વ્યક્તિ તેના વર્તનને માન્યતા આપે તેવી ઈચ્છા પણ મહત્વની ભૂમિકા ભજવે છે. જેમકે બાળકો તેમનાં માતાપિતા

અને મોટાં ભાઈભાંડૂઓને બ્રશ કરતાં જુએ છે અને તે રીતે તેઓ બ્રશ કરતાં શીખે છે, શિક્ષકને અંગ્રજી બોલતા સાંભળીને વિદ્યાર્થી અંગ્રેજી શીખે છે ઈત્યાદિ ઈત્યાદિ.

મોડેલિંગનો આ જ સિધ્ધાંત સમસ્યારુપ વર્તનોને હળવાં કરવા માટે ઉપયોગમાં લઈ શકાય તેમ છે. જો ઉપચારક પોતે દર્દીના ધ્યાન અને માનનું કેન્દ્ર બને તો ઉપચારક પોતે જ અમુક પ્રકારનાં વર્તનો કરીને દર્દીને વર્તનની નવી નવી રીતો શીખવી શકે અને તેના સમાયોજનમાં નોંધપાત્ર પ્રમાણમાં ફેર પાડી શકે અને તેના સમાયોજનમાં નોંધપાત્ર પ્રમાણમાં ફેર પાડી શકે. રોસેનથાલ અને બાન્ડુરા નામના અભ્યાસીઓએ ભીતિ વિકૃત્તિઓના ઉપચારમાં મોડેલિંગની પધ્ધતિની સફળતાનો દર ખૂબ ઉંચો છે તેવું બતાવ્યું છે. દા.ત., બાન્ડુરા, ગ્રુસેક અને મેનલવ નામના અભ્યાસીઓએ બાળકોમાં કૂતરાની ભીતિ વિકૃતિને દૂર કરવા માટે બીજું એક બાળક કૂતરાની પાસે જાય, તેને સ્પર્શે, તેને વહાલ કરે અને તેની સાથે સક્રિય રમતમાં મશગૂલ થાય તેવું જુદી-જુદી અનેક બેઠકોમાં બતાવ્યા કર્યું હતું તેનાં સારાં પરિણામો આવ્યાં હતાં.

અહીં એક વાત ખાસ નોંધવી જોઈએ કે બધા જ સ્વરુપના મનોવૈજ્ઞાનિક ઉપચારોમાં ઓછેવત્તે અંશે મોડેલિંગની પ્રયુક્તિ ઉપયોગમાં લેવાય જ છે. ભલે પછી તે વર્તન ઉપચાર હોય, મનોગત્યાત્મક ઉપચાર હોય, માનવવાદી ઉપચાર હોય કે બોધાત્મક ઉપચાર હોય, ઉપચારક પોતાની ઉપચાર પધ્ધતિ દ્વારા પોતાના અસીલને સહાય કરવા ઉપરાંત તે પોતે એક દષ્ટાંત પણ પુરું પાડે છે જેમકે દારુડિયાનો ઉપચાર ગમે તે અભિગમથી થતો હોય પરંતુ ઉપચારક પોતે દારુડિયો નથી એવું મોડેલ તો તે અસીલને પૂરું પાડે જ છે. આ જ રીતે ખિન્નતાના દર્દીને માટે પ્રસન્નચિત મહાનુભાવનું મોડેલ મનોપચારક પોતે જ પૂરું પાડે છે. ભીતિ વિકૃત્તિથી પીડાતા અસીલોને તે નિર્ભીક કે નીડર વ્યક્તિનું મોડેલ પૂરું પાડે છે. અસીલ પોતાના મનોપચારકના વર્તનને જોઈને જ તેના જેવું વર્તન કરવા પ્રેરાય છે.

(૨) પ્રતિક્રિયાત્મક અભિસંધાન અને વિલોપન પ્રયુક્તિઓ :

ક્રિયાત્મક-અભિસંધાનની ઉપર્યુક્ત પ્રયુક્તિઓ અસીલના બાહ્ય વર્તનનું પરિવર્તન કરવા માટે મુખ્યત્વે ઉપયોગમાં લેવામાં આવે છે, જયારે પ્રતિક્રિયાત્મક અભિસંધાનની પ્રયુક્તિઓ આવેગમાં પરિવર્તન કરવા માટે મુખ્યત્વે ઉપયોગમાં લેવામાં આવે છે, જયારે પ્રતિક્રિયાત્મક અભિસંધાનની પ્રયુક્તિઓ આવેગમાં પરિવર્તન કરવા માટે ઉપયોગમાં લેવાય છે. અમુક ઉદ્દીપકો પ્રત્યેના ગમા-અણગમા કે ભયનું નિયમન કરી તેના દ્વારા વર્તનમાં પરિવર્તન કરવાનો પ્રયાસ આ પ્રકારની પ્રયુક્તિઓમાં થાય છે, મનોવિજ્ઞાનના એક વિદ્યાર્થી તરીકે આપણે જાણીએ છીએ કે પ્રતિક્રિયાત્મક અભિસંધાનમાં જે ઉદ્દીપક અને પ્રતિક્રિયા વચ્ચે સ્વાભાવિક સંબંધ છે તેવો જ સંબંધ તટસ્થ ઉદ્દીપકની સાથે પણ થઈ જાય છે. રોજબરોજના જીવનમાં અનેક પ્રકારના પ્રતિક્રિયાત્મક અભિસંધાનો સ્થપાતાં હોય છે. જેમાંનાં કેટલાંકનાં માઠાં પરિણામો પણ વ્યક્તિઓએ ભોગવવાં પડે છે પ્રતિક્રિયાત્મક અભિસંધાનને લીધે જ કેટલીક વાર આપણા રોજબરોજના જીવનમાં અંતરાયરુપ બને તેવા ડર અને ઈચ્છાઓ વિકસે છે. આવું બન્યું હોય તો ઉપચાર દ્વારા વ્યક્તિ તેની અપસમાયોજીત પ્રતિક્રિયાઓને ભૂંસી શકે છે. આમ કરવા માટે જે તે પ્રતિક્રિયાને પ્રબલન પૂરું પાડતા ઉદ્દીપકોને દૂર કરવા પડે છે અથવા તો તે પ્રતિક્રિયાઓનું વિસંગત એવા વિધાયક કે નિષેધક ઉદ્દીપકો સાથે જોડાણ કરવું પડે છે. આ માટેની ઘણીબધી પ્રયુક્તિઓ છે જેમાંની (૧) પધ્ધતિસરનું અસંવેદનીકરણ (૨) વૃષ્ટિ અને (૩) અણગમાવર્તી ઉપચાર એમ ત્રણ પ્રયુક્તિઓએ વિશેષ ધ્યાન ખેંચ્યું છે.

(૧) પધ્ધતિસરનું અસંવેદનીકરણ :

નિષેધક રીતે પ્રતિપૃષ્ટિત થયેલા વર્તનનું વિલોપન કરવા માટે તેમ જ વિરોધી અને પ્રતિસ્પર્ધી પ્રતિક્રિયાઓને દૂર કરવા માટે પદ્ધતિસરના અસંવેદનીકરણની પ્રવિધી ખૂબ જ ઉપયોગી પુરવાર થયેલી છે. આ પદ્ધતિમાં અસીલને એકીસાથે આનંદિત અને ચિંતાતુર રહેવાની સ્થિતિનો અનુભવ કરવવામાં આવે છે. એકીસાથે આનંદિત અને ચિંતાતુર રહેવું મુશ્કેલ જરુર છે પરંતુ અશક્ય નથી. પધ્ધતિસરના અસંવેદનીકરણની પધ્ધતિનો ઉદ્દેશ વ્યક્તિને વ્યગ્રતા ઉત્પન્ન કરતા વાસ્તવિક કે કાલ્પનિક ઉદિપકની હાજરીમાં વિશ્રાંતિની તાલીમ પૂરી પાડવાનો કે વ્યગ્રતાવિરોધી વર્તન શીખવવાનો છે. પદ્ધતિસર શબ્દ વ્યગ્રતા ઉત્પન્ન કરતા

ઉદિપકોની કાળજીપૂર્વક કરવામાં આવેલી ક્રમિક ગોઠવણીનો નિર્દેશ કરે છે. મેરી કવર જોન્સ નામની મનોવૈજ્ઞાનિકે કરેલા એક શ્રેષ્ઠ અને ઐતિહાસીક પ્રયોગમાં આ અભિગમનું મૂળરુપ જોવા મળે છે. આ પ્રયોગમાં પીટર નામના નાના છોકરામાં સફેદ સસલું અને રુવાંટીવાળાં અન્ય પ્રાણીઓ પ્રત્યે રહેલા અભિસંધિત ભયને સફળતાપૂર્વક દૂર કરવામાં આવ્યો હતો. આ પ્રયોગમાં તેણીએ પીટર જમતો હતો ત્યારે ઓરડાના દૂરના દરવાજાની બહાર સસલાને બતાવ્યું અને તે પછી આ પ્રયોગની દષ્ટિએ સફળતાપૂર્વક બનેલા દિવસોમાં પીટર એક હાથથી સસલાને પંપાળે અને બીજા હાથથી જમતો હોય ત્યાં સુધી ક્રમિક રીતે સસલાને નજીક ને નજીક લઈ જવામાં આવ્યું. આ રીતે આનંદજનક ઉદિપકની સાથે વ્યગ્રતાપૂર્ણ ઉદિપકની વારંવાર રજૂઆત કરવામાં આવતાં પ્રતિઅભિસંધાનની ક્રિયા દ્વારા ભય દૂર કરી શકાયો.

જોન્સે વિકસાવેલ આ પ્રવિધિનું જોસેફ વોલ્પ નામના અભ્યાસીએ વિસ્તૃતીકરણ કર્યું અને તેને માટે પદ્ધતિસરના અસંવેદનીકરણ જેવા નવા શબ્દની રચના કરી. વોલ્પ માનતો હતો કે મોટાભાગની વ્યગ્રતા આધારીત વર્તનભાતો મૂળભૂત રીતે અભિસંધિત પ્રતિક્રિયાઓ હોય છે અને તેથી તેણે વ્યગ્રતા ઉત્પન્ન કરતી પરિસ્થિતિઓમાં શાંત અને વિશ્રાંતિપૂર્ણ સ્થિતિમાં હોય ત્યારે તેને વ્યગ્રતા ઉત્પન્ન કરતા ઉદિપકોનો અનુભવ કરાવવામાં આવે છે. આના કારણે અસીલને તાલીમ પૂરી પાડવાની સ્થિતીમાં હોય ત્યારે તેને વ્યગ્રતા ઉત્પન્ન કરતા ઉદિપકોની લાગણી અનુભવ્યા સિવાય ઉદિપકોનો સામનો કરવાની તક મળે છે. આ પદ્ધતિમાં ઉદિપકો અને વ્યગ્રતા વચ્ચે જે સંબંધ સ્થપાઈ ગયો હોય છે તેને નબળો બનાવવામાં આવે છે.

પદ્ધતિસરના અસંવેદનીકરણની મનોપચાર પ્રયુક્તિનાં ત્રણ સોપાનો છે : (૧) પ્રથમ સોપાનમાં ઉપચારક અસીલને સ્નાયુઓને શિથિલ કરવાની તાલીમ આપે છે. આ તાલીમ મોટે ભાગે અગાઉ નોંધેલ જેકોબસનની ક્રમિક શિશ્રાંતિ દ્વારા આપવામાં આવે છે. (૨) બીજા સોપાનમાં ઉપચારક અને અસીલ બંને મળીને ભયના શ્રેણીક્રમની રચના કરે છે. આ શ્રેણીક્રમમાં વ્યગ્રતા ઉતપન્ન કરનાર પરિસ્થતિઓને એક ચઢતા શ્રેણીક્રમમાં ગોઠવવામાં આવે છે. (૩) ત્રીજા સોપાનમાં વિશ્રાંતિ પ્રતિક્રિયા અને ભયના શ્રેણીક્રમનું સંયોજન કરીને વાસ્તવિક

રીતે અસંવેદનીકરણનો પ્રયાસ કરવામાં આવે છે. દા.ત., ઉપચારક પાસે અસમર્થતા ઉત્પન્ન કરતી જાતીય વ્યગ્રતાનો કોઈ કેસ આવે. આ કિસ્સામાં વ્યક્તિ જયારે જયારે જાતીય સંબંધ બાંધવાનો પ્રયત્ન કરે ત્યારે તેનામાં વ્યગ્રતા ઉત્પન્ન થાય છે. આ વ્યગ્રતાને દૂર કરવા માટે સૌપ્રથમ તો અસીલને ક્રમિક વિશ્રાંતિની પ્રવિધિ દ્વારા સ્નાયુઓને શિથિલ કરવાની તાલીમ આપવામાં આવે છે. તે પછી નિમ્નકક્ષાથી માંડીને ઉચ્ચકક્ષા સુધીની વ્યગ્રતા ઉત્પન્ન કરનાર દૃશ્યોના શ્રેણીક્રમની રચના કરવામાં આવે છે. આપણે લીધેલ દૃષ્ટાંતરુપ કિસ્સાની વાત કરીએ તો અપેક્ષિત વિજાતીય વ્યક્તિ સાથે સાંજે એકાંતમાં જમવા બેસવાનું દશ્ય એ સૌથી ઓછી વ્યગ્રતા ઉત્પન્ન કરનારી સ્થિતિ છે જયારે શિશ્નનો વાસ્તવિક રીતે યોનિમાં પ્રવેશ કરાવવાના દશ્યની કલ્પના કરવી એ સૌથી વધુ વ્યગ્રતા ઉત્પન્ન કરનાર દૃશ્ય છે.

આ બધી પૂર્વતૈયારીઓ બાદ મનોપચારની સક્રિય બેઠકનો પ્રારંભ થાય છે જેમાં અસીલ વ્યગ્રતા ઉત્પન્ન કરનાર નિમ્નત્તમા વિગતથી ક્રમિક રીત વધુ અંતિમ સ્તર સુધીના શ્રેણીક્રમ મુજબ ઉંડી વિશ્રાંતિની પરિસ્થીતીમાં પુનરાવર્તીત રીતે દશ્યોની કલ્પના કરવાનું કાર્ય કરે છે. તે દરમિયાન અસીલ ઉલ્લેખનીય મનોપચારની આ બેઠકનો અંત લાવવમાં આવે છે અને શ્રેણીક્રમના નિમ્નબિંદુથી તે પછીની બેઠકની પુનઃ શરુઆત કરવામાં આવે છે. અસીલ કોઈપણ જાતની અસ્વસ્થતા સિવાય શ્રેણીક્રમની બધી જ વિગતોને સહન કરી શકે અને અસીલના વાસ્તવિક જીવનની મુશ્કેલીઓમાં મહત્વનો નમૂનારુપ સુધારો થયેલો જોવા મળે ત્યાં સુધી ઉપચાર ચાલુ રાખવામાં આવે છે.

અસંવેદનીકરણની બેઠકનો સામાન્ય સમયગાળો ૩૦ મિનિટનો હોય છે અને અઠવાડિયામાં બે થી ત્રણ વખત બેઠકનું આયોજન કરવામાં આવે છે. જો કે મનોપચારનો સંપુર્ણ કાર્યક્રમ ઘણાંબધાં અઠવાડિયાં કે મહિનાઓ સુધીનો સમય પણ લે છે. અસંવેદનીકરણની પ્રયુક્તિ દ્વારા સંપૂર્ણ ઉપચાર માટે બે બેઠકથી માંડીને બસો બેઠક સુધીની બેઠકોની જરુર પડે છે જેનો મધ્યસ્થ ૧૧.૫ થી માંડીને ૨૯ જેટલો છે. આ ઉપચાર પ્રયુક્તિમાં કેટલી બેઠકો જરુરી બનશે અને કેટલો સમય લાગશે તેનો આધાર સમસ્યા કેટલી સંકુલ છે

તેના પર રહે છે. કેનેડી અને કિમુરાના દર્શાવ્યા મુજબ અસીલ વ્યગ્રતા શ્રેણીક્રમમાં મનોપચારજન્ય લાભ થયેલો જોવા મળે છે.

(૨) વૃષ્ટિ:

વૃષ્ટિની પધ્ધતિમાં વ્યગ્રતા ઉત્પન્ન કરતા ઉદિપકને દૂર કરવા માટે અસીલને તે પ્રકારની વાસ્તવિક પરિસ્થિતીમાંથી પસાર કરવામાં આવે છે અને તેના કોઈપણ ભયજનક પરિણામો ઉદ્‌ભવતા નથી તેનું અસીલની સમક્ષ જ નિદર્શન કરવામાં આવે છે. દા.ત., ઉંચી જગ્યાની ભીતિ વિકૃત્તિથી પીડાતા અસીલને ઉંચા મકાનની છત પર કે પુલ પર લઈ જવામાં આવે છે અને તેને ખાતરી કરાવવામાં આવે છે કે આવી ભીતી રાખવા માટેનું કોઈ વાજબી કારણ નથી. પદ્ધતિસરના અસંવેદનીકરણમાં ક્રમિક રીતે ભયને વિશ્રાંતિની સાથે જોડવામાં આવે છે જયારે વૃષ્ટિમાં લાંબા સમય સુધી ભયજનક ઉદિપકનું અનાવરણ કરવામાં આવે છે. આ અનાવરણ એવુ કરવામાં આવે છે કે તેમાંથી અસીલને ખરેખર શેની ભીતિ છે તે ઉપચારકે બરાબર શોધી કાઢવું પડે છે. રચમાન અને હોડગ્સન નામના અભ્યાસુઓએ બતાવ્યું છે કે વૃષ્ટિની આ ઉપચાર-પ્રયક્તિ મનોક્રિયા દબાણમાં જોવા મળતી એકવિધ ક્રિયાઓને દૂર કરવા માટે ઉપયોગી જણાઈ આવે છે. આપણે સૌમ્ય મનોવિકૃત્તિના પ્રકરણમાં શીખી ગયા છીએ કે મનોક્રિયાદબાણ વિકૃત્તિમાં દર્દી જે એકવિધ ક્રિયાઓ કરે છે તેમાં ઘણુંખરું બે બાબતો હોય છે કાં તો તે એવી ફરીયાદ કરતા રહે છે કે મને ચેપ લાગી જશે અથવા તો તે એકની એક બાબતનું સતત ચેકીંગ કરતો રહે છે. જો ચેપ લાગી જવાનો ડર લાગતો હોય તો વૃષ્ટિની પ્રયુક્તિમાં જેનાથી ચેપનો ડર હોય તેવી ધૂળ કે કોઈપણ પદાર્થને દર્દી સ્પર્શે કે તેની સાથે રમત કરે તેવી પરિસ્થિતી સર્જવામાં આવે છે. જેના કારણે તેઓ પોતાની વ્યગ્રતાને હળવી કરવા માટે જે એકવિધ ક્રિયાઓ કરતા હોય છે તે કરતાં રોકાય છે. જેમકે, આ કિસ્સામાં હવે તે હાથ ધોવાની ક્રિયા કરતો રોકાય છે એનું કારણ એ છે કે જેનાથી એમને ચેપનો ડર લાગતો હતો તે વસ્તુનો સતત સ્પર્શ કરવા છતાં ચેપ તો લાગતો નથી. આથી ચેપના ડરને લીધે હાથ ધોયા કરવાની પ્રવૃત્તિ નિરર્થક છે એની તેને પ્રતીતિ થઈ જાય છે.

ફ્લડિંગની પ્રયુક્તિનાં મિશ્ર પરિણામો મળ્યાં છે. કેટલાંક અસીલો માટે આ પદ્ધતિ પ્રમાણમાં વધુ અસરકારક જણાઈ છે. ખાસ કરીને વૃષ્ટિની ક્રિયા દરમિયાન મનોપચારકના માર્ગદર્શન અને સક્રિય સહાયને લીધે ખૂબ જ તીવ્ર ભય ધરાવતા અસીલનો ભય હળવો થાય છે જયારે કેટલાક કિસ્સાઓમાં વૃષ્ટિની પ્રયુક્તિ અસીલ માટે ખૂબ જ ભયજનક પણ બની જાય છે. ખુલ્લી જગ્યાની ભીતી વિકૃતિ ધરાવતા એક અસીલને મનોપચારકે ૯૦ મિનિટ સુધી બહાર શેરીમાં ફરવા મોકલ્યો તો અસીલ ભયથી બચવા માટે એક ભોંયરામાં ભરાઈ ગયો હતો અલબત્ત, કેટલાક કિસ્સાઓમાં અસીલને લાંબા સમય સુધી વૃષ્ટિની ક્રિયામાંથી પસાર કરવામાં આવે તો તેનાં ઉત્કૃષ્ટ પરિણામો પ્રાપ્ત થાય છે.

(૩) અણગમાવર્તી ઉપચારઃ

અણગમાવર્તી મનોપચારમાં શિક્ષાની જૂની પદ્ધતિ દ્વારા અનિચ્છનીય વર્તનમાં સુધારો કરવામાં આવે છે. ઈચ્છિત પ્રબલકને દૂર કરીને કે અણગમાયુક્ત ઉદિપકનો ઉપયોગ કરીને શિક્ષાની સ્થિતી ઉત્પન્ન કરી શકાય છે. પરંતુ અહીં આમ કરવા પાછળનો મુખ્ય આશય એ છે કે ઉદ્દીપકના આકર્ષણમૂલ્યમાં ઘટાડો થતાં વ્યક્તિનું અનિચ્છનીય વર્તન દૂર થાય છે. અણગમાવર્તી ઉપચારમાં અપઅનુકૂલિત પ્રતીક્રિયાને અણગમાજનક ઉદ્દીપક સાથે જોડવામાં આવે છે. અણગમાજનક ઉદ્દીપક તરીકે મોટે ભાગે વીજળીના આંચકાનો ઉપયોગ થાય છે. જો કે હવે ઉબકા આવે તેવી દવાઓનો પણ અણગમાજનક ઉદ્દીપક તરીકે ઉપયોગ થવા માંડયો છે. જાતીય વિચલનો, સમલૈંગિકતા અને દારુડિયાપણાના ઉપચારમાં અણગમાવર્તી મનોપચારનો સફળતાપૂર્વક અને વ્યાપક રીતે ઉપયોગ થાય છે. આ પ્રકારના ઉપચારમાં અસીલને વીજળીનો આંચકો અપાય છે એથી ચિકિત્સકો સહિત ઘણાબધાને આ ઉપચારપદ્ધતિ પ્રમાણમાં નિર્દય લાગે છે. પરંતુ અનેક અસીલો આ પદ્ધતિને એટલી બધી ત્રાસદાયક ગણતા નથી કારણકે તેઓ પોતાના જે વર્તનને દૂર કરવા માગતા હોય છે તેની તુલનામાં તો વીજળીનો આંચકો એ એક તુચ્છ કહી શકાય તેવી બાબત છે. આથી ઘણાબધા અસીલો આ ઉપચારને પસંદ પણ કરે છે. બીજું કે આ પ્રકારનો ઉપચાર જયાં બધા જ મનોપચાર નિષ્ફળ જાય તેવા કિસ્સાઓમાં સફળ થાય છે. આ પણ તેની એક વધારાની ઉપયોગિતા છે.

અણગમાવર્તી મનોપચારનો સૌપ્રથમ દેખીતો ઉપયોગ કેન્ટોરોવીચે કરેલો જેમાં મદ્યપાનની લતવાળા લોકોને દારુ છોડાવવા માટે તે દારુના દશ્ય, ગંધ અને સ્વાદ જોડેના સાહચર્યની સાથે વીજળીના આંચકાનો ઉપયોગ કરતો હતો. તે સમયથી ધુમ્રપાન, દારુ કે કેફી દ્રવ્યોનું સેવન, ખાઉધરાપણું, જુગાર, જાતીય વિચલનો જેવાં વર્તનોથી માંડીને ચિત્રવિચિત્ર તીવ્ર મનોવિકૃત વર્તનમાં સુધારો કરવા માટે અણગમાવર્તી મનોપચારનો ઉપયોગ કરવામાં આવે છે. તાજેતરના વર્ષોમાં વીજળીના આંચકાનો અણગમાજનક ઉદ્દીપક તરીકે ઉપયોગ કરવાનું વલણ ઘટતું જાય છે કારણકે તેનો ઉપયોગ કરવામાં નૈતિકતાનો પ્રશ્ન ઉભો થાય છે અને ઉપચારકની ઈમેજને પણ તે અસર કરે છે એટલું જ નહીં પણ આરોપિત કરવામાં આવેલા નવા વર્તનનું અન્ય પરિસ્થિતિમાં સ્વયંસંચાલિત રીતે સામાન્યીકરણ પણ થતું નથી વીજળીનો આંચકો એ એક જોખમી પદ્ધતિ પણ છે. તેનાથી ઓછી જોખમી પદ્ધતિ પણ છે. તેનાથી ઓછી જોખમી અને વધુ અસરકારક પદ્ધતિઓ શોધાઈ છે અને તેથી સ્વભાવિક રીતે જ વીજળીના આંચકાનો અણગમાજનક ઉદ્દીપક તરીકે ઘટી રહ્યો છે. હાલમાં અન્ય પ્રતિક્રિયાઓની ભેદમૂલક પ્રતિપૃષ્ટિની પદ્ધતિનો ઉપયોગ કરવામાં આવે છે જેમાં અનિચ્છનીય વર્તન સાથે અસંગતી ધરાવતા વર્તનને એટલેકે ઈચ્છનીય અને સુસંગત વર્તનને વિધાયક રીતે પ્રતિપૃષ્ટિત કરવામાં આસક્ત હોય તેની રચનાત્મક ક્રિયાના પ્રત્યેક ચિહ્ન માટે વિધાયક પ્રતિપૃષ્ટિનો ઉપયોગ કરવામાં આવે છે અને તે વખતે કુસમાયોજિત વર્તનને જાળવી રાખનાર બધી જ પ્રતિપૃષ્ટિઓને દૂર કરવામાં આવે છે.

અણગમાવર્તી ઉપચારના એક પ્રકાર તરીકે આંતરીક સંવેદનીકરણનો ઉપચાર પણ મહત્વનો છે. આ પ્રયુક્તિમાં અણગમાજનક ઉદિપકનો વાસ્તવિક સામનો કરવાને બદલે વ્યક્તિ તેની કલ્પના કરે છે. અસીલને જે વર્તનનું દૂરીકરણ કરવું હોય તે વર્તનની બાબતમાં પોતાના ચિત્તમાં ખૂબ જ પીડાદાયક, કંટાળાજનક અને ચીડ ચઢે તેવી પ્રતિમાઓ ખડી કરવાનું કહેવામાં આવે છે. દા.ત., ઉપચારક દારુડિયાનો ઉપચાર કરતો હોય તો ઉપચારક તેને કોઈ મહેફીલમાં દારુ પીવાના પ્રસંગની પ્રતિમાઓ નજર સમક્ષ લાવવાનું કહે છે. શરાબની પહેલી પ્યાલીનો આનંદ, પછી બીજી પ્યાલી અને એમ કરતાં દારુના નશામાં ચકચૂર થઇ ગયાની કલ્પના તેણે

કરવાની હોય છે. આ ચકચૂર દશામાં તેને કેવા ચિત્તભ્રમ થાય છે, તે કેવી ભાંગફોડ કરે છે, પોતાનાં કપડાં પર અને યજમાનના મોંઘાદાટ ગાલીચાઓ પર કેવી ઉલટીઓ કરે છે, ટૂંકમાં તેની કેવી દુર્દશા થાય છે તેની પ્રતિમાઓ તે પોતાની નજર સમક્ષ ખડી કરે છે. આ પ્રતિમાઓ જ તેને માટે અણગમાજનક ઉદ્દીપક બની જાય છે.

વર્તનવાદી અભિગમમાં કોઈ એક ઉપચાર પ્રયુક્તિ કરતાં તેનો એક જ પેકેજ તરીકે ઉપયોગ કરવામાં આવે તો વધુ સફળતા પ્રાપ્ત થાય છે. માનસિક દર્દીઓના ઉપચારમાં કેવળ તેમના અપઅનુકૂલિત વર્તનનું દૂરીકરણ જ કરવાનું નથી. આ ઉપરાંત તેને સ્થાને અનુકૂલિત કહી શકાય તેવી વર્તનભાતની સ્થાપના પણ કરવાની છે. જેમકે દારુડિયો દારુની લતમાંથી છૂટે તેટલું જ કરવાનું નથી પરંતુ તે પોતાના જીવનના મનોભારોનો વધુ સારી રીતે સામનો કરી શકે તેવાં કૌશલ્યો તે શીખે તે પણ જરુરી છે. મનોવૈજ્ઞાનિકો તેને સ્ટ્રેસ મેનેજમેન્ટ કહે છે. એક વખત સ્ટ્રેસ મેનેજમેન્ટનું કૌશલ્ય આવ્યું એટલે દારુડિયો તેના પ્રશ્નોને દારુની પ્યાલીમાં ડૂબાડવાને બદલે રચનાત્મક રીતે સામનો કરવાનું શરુ કરે છે. આમ, મનોપચારમાં છૂટીછવાયા એકાદ પ્રયુક્તિ નહીં પરંતુ પેકેજ ડીલ નો ઉપયોગ કરવો પડે છે.

(૩)વર્તનવાદી ઉપચારના લાભાલાભ:

વર્તનવાદી ઉપચારની સૌથી મોટી ટીકા એ કરવામાં આવે છે કે આ ઉપચાર પદ્ધતિ ઉપરછલ્લી છે. આ પ્રકારના ઉપચારમાં દર્દીના ભૂતકાળમાં ઉંડા ઉતરવામાં આવતું નથી, તેમાં દર્દીમાં આંતરસૂઝ વિકસે એવું કોઈ લક્ષ્ય હોતું નથી ને કોઈ ઝાઝા ફિલોસોફિકલ મુદ્રાઓ પણ તેમાં નથી. આથી જે લોકો એમ માને છે કે મનોપચારથી પોતાની જાત વિશે વધુ સમજણ અને પોતાની જાતનો શક્ય તેટલો વધુ સ્વીકાર આવવો જોઈએ તેઓ વર્તનવાદી ઉપચારને છીછરો ઉપચાર ગણે છે. જોકે કેટલાક વર્તનવાદી મનોપચારકો સ્વ વિશેની સમજણનું મહત્વ સ્વીકારે છે. પરંતુ સાથે સાથે એમ પણ માને છે કે સેલ્ફ અન્ડરસ્ટેન્ડીંગનો ખ્યાલ એ એક અસ્પષ્ટ અને મહાન એવો આદર્શ છે જેને ઉપચારના લક્ષ્ય તરીકે સ્વીકારવાનું શક્ય જ નથી. વર્તનવાદી ઉપચારકનું લક્ષ્ય સીધું સાદું છે. પોતાના જીવનના સંજોગોનો વધુ અસરકારક રીતે

સામનો કરવાનું કૌશલ્ય વ્યક્તિમાં આવે એટલે પૂરતું છે એમ તેઓ માને છે. આ કૌશલ્યથી જો સ્વ વિશેની સમજણ વિકસે તો સારું છે અને ન વિકસે તો કોઈ મોટી ખોટ નથી. આથી જ જે દર્દીઓ સેલ્ફ અન્ડરસ્ટેન્ડીંગ માટે જ મનોપચારનો લાભ લેવા ઈચ્છતા હોય તેઓએ વર્તનવાદી ઉપચાર સિવાયની મનોપચારની પ્રયુક્તિઓ-અભિગમનો માર્ગ લેવો જોઈએ.

વર્તનવાદી ઉપચારના ઉપરછલ્લાપણાના આરોપ પરથી કેટલાક એવું સૂચવે છે કે આ ઉપચાર દર્દીને સહાયરુપ બનવાને બદલે હાનિરુપ બને છે. તેમાં માત્ર ચિહ્નનો જ ઉપાય કરવામાં આવે કરવામાં આવે છે પરંતુ ચિહનો સાથે સંકળાયેલા વધુ ઉંડી સમસ્યાઓની અવગણના થાય છે. આવું બને ત્યારે બકરું કાઢતાં ઉંટ પેસી જાય એવી સ્થિતી થાય છે. અસીલના ચિત્તના ઉંડાણમાં પડેલા સંઘર્ષો અંગે આ ઉપચાર પદ્ધતિમાં ચિંતા કરવામાં આવતી નથી. માત્ર ચિહ્નનો જ ઉપચાર થાય છે. આથી એક સમસ્યાનાં ચિહ્નનો દૂર થાય છે પરંતુ બીજા પ્રકારની મનોવૈજ્ઞાનિક સમસ્યાઓ ઉભી થાય છે. વર્તનવાદી મનોપચારના ટીકાકારો તેને ચિહ્ન અવેજીકરણ કહે છે. જો કે આ આરોપનું અનુમોદન કરે તેવા કોઈ ખાસ પુરાવાઓ નથી. ઉલટાનું વર્તનવાદી મનોપચાર સફળ રીતે કરવામાં આવે તો ચિહ્ન અવેજીકરણને બદલે નોંધપાત્ર પ્રમાણમાં સુધારો થયો હોય તેવું વધુ પ્રમાણમાં જોવા મળે છે.

કેટલાક ટીકાકારો એમ કહે છે કે વર્તનવાદી મનોપચારમાં વ્યક્તિનું સ્વાતંત્ર્ય હણાઈ જાય છે. વર્તનવાદી ઉપચારક દર્દીના વર્તન પર સંપૂર્ણ નિયંત્રણ સ્થાપી તેનાં પોતાનાં મૂલ્યો મુજબ તેનું હસ્તોપયોજન કરે છે. બીજા શબ્દોમાં વર્તનવાદી ઉપચારક દર્દી પર પોતાનાં મૂલ્યો લાદે છે. આ ટીકા વાજબી નથી. એનું કારણ એ છે કે બધા જ મનોપચારોમાં મનોપચારક ઓછાવત્તા અંશે પોતાનું નિયંત્રણ સ્થાપતો જ હોય છે. દર્દીમાં આંતરસૂઝ આવે, તે સ્વ-આવિષ્કાર કરી શકે કે તેનું પુનઃ અભિસંધાન થાય. દરેકમાં મનોપચારકે દર્દી પર નિયંત્રણ સ્થાપવું જ પડે છે અને તેમ થતાં ઓછાવત્તા અંશે મનોપચારકનાં મૂલ્યો દર્દીને અસર કરે છે. ફરક હોય તો માત્ર એટલો છે કે અન્ય મનોપચાર પ્રયુક્તિઓમાં મનોપચારકનાં મૂલ્યો ઘણુંખરું

ગર્ભિત રહે છે જયારે વર્તનવાદી મનોપચારમાં શરુઆતથી જ મનોપચારકનાં મૂલ્યો સ્પષ્ટ અને ખુલ્લાં હોય છે.

વર્તનવાદી મનોપચારથી વર્તન-પરિવર્તનનું લક્ષ્ય કેટલા પ્રમાણમાં હાંસલ થાય છે એ સવાલ જ વાસ્તવમાં લાખ ટકાનો છે. આ અંગેના પુરાવાઓ બતાવે છે કે વર્તનવાદી મનોપચાર ઠીક ઠીક પ્રમાણમાં અસરકારક પુરવાર થયો છે. ખાસ કરીને વ્યગ્રતા અને ભીતિ વિકૃત્તિઓ, જાતીય અપક્રિયાના કિસ્સા, અનિંદ્રા, દારુડિયાપણું અને તેના જેવી અન્ય સમસ્યાઓમાં સારાં પરિણામો મળ્યાં છે. ખિન્નતાની બાબતમાં બોધાત્મક અને પરંપરાગત વર્તનવાદી મનોપચાર સરખા પ્રમાણમાં સફળ થયાના પુરાવાઓ પણ છે.

વર્તનવાદી મનોપચાર અસરકારક હોવા ઉપરાંત તેમાં એક બીજો પણ લાભ છે. આ મનોપચાર અન્ય મનોપચારની તુલનામાં ઝડપી અને તેથી ઓછો ખર્ચાળ છે. તેની પ્રયુક્તિઓ પેરાપ્રોફેશનલ અને નોન-પ્રોફેશનલને પણ શીખવી શકાય તેમ છે જેથી આ પ્રકારના મનોપચારને મનોપચારકના કન્સલ્ટિંગ રુમની ચાર દીવાલોની બહાર હોસ્પિટલના વોડર્સમાં, વર્ગોમાં અને ઘર સુધી લંબાવી શકાય છે. આ પ્રકારના મનોપચારનો સૌથી મહત્વનો લાભ એ છે કે તેનાં લક્ષ્યો અને પ્રયુક્તિઓ ચોકસાઈવાળી હોવાથી તેનો ચોકસાઈથી અહેવાલ આપી શકાય છે, ચર્ચા કરી શકાય છે તેમજ મૂલ્યાંકન પણ થઈ શકે છે.

(ઘ) મનોપચારનો બોધાત્મક અભિગમઃ

મનોપચારના ક્ષેત્રમાં બોધાત્મક અભિગમ પણ તાજેતરમાં લોકપ્રિય બન્યો છે. બોધાત્મક અભિગમનો પાયાનો સિધ્ધાંત એ છે કે તેમાં બોધન કે વિચારો એ વર્તનનાં સૌથી મહત્વનાં કારણો છે એમ માનવામાં આવે છે. કોઈપણ બાહ્ય ઉદ્દીપક કરતાં આપણા વિચારો જ આપણા વર્તનને પ્રગટાવે છે, પુરસ્કારે છે કે શિક્ષા કરે છે અને તે દ્વારા તેનું નિયમન અને નિયંત્રણ કરે છે. આથી જ જો આપણે વર્તનને પ્રગટાવે છે, પુરસ્કારે છે કે શિક્ષા કરે છે અને તે દ્વારા તેનું નિયમન અને નિયંત્રણ કરે છે. આથી જ જો આપણે વર્તનની ભાત બદલવી રહી. આ લક્ષ્યને સિધ્ધ કરવા માટે બોધાત્મક વિચારધારાના સિધ્ધાંતવદીઓ અનેક પ્રયુક્તિઓ

વિકસાવી છે જેનાથી વ્યક્તિનું સંજોગોનો સામનો કરવાનું કૌશલ્ય વિકસે છે, તેની સમસ્યા ઉકેલવાની શક્તિ અને સામર્થ્ય વિકસે છે એટલું જ નહીં પણ વ્યક્તિ જે પ્રત્યક્ષીકરણ કરતો હોય, અર્થઘટન કરતો હોય તે પણ બદલાય છે. મનોવૈજ્ઞાનિકો તેને બોધાત્મક પુનઃગઠન તરીકે ઓળખાવે છે. આવી પ્રયુક્તિઓમાંથી સ્વ-નિર્દેશાત્મક તાલીમ અને તાર્કિક-ભાવાત્મક મનોપચાર એમ બે પ્રયુક્તિઓની ઉદાહરણ તરીકે ચર્ચા કરી છે.

(૧) સ્વ-નિર્દેશાત્મક તાલીમઃ

સ્વ-નિર્દેશાત્મક તાલીમ એ બોધાત્મક પુનઃગઠનનું એક સીધું સાદું સ્વરુપ છે. ડોનાલ્ડ અને તેના સાથીઓએ આ પ્રયુક્તિ વિકસાવી છે. આ પ્રયુક્તિમાં સ્વ-સંભાષણની પ્રયુક્તિ પર ધ્યાનનું કેન્દ્રીકરણ કરવામાં આવ્યું છે. માણસો કંઈ પણ કરે તે પહેલાં, તે દરમિયાન અને તે પછી પોતાની જાતને કંઈનું કંઈક કહેતા હોય છે. સ્વ-નિર્દેશાત્મક તાલીમમાં ઉપચારક અસીલને બોધાત્મક રીતે સામનો કરવાના મનોયત્નનું એક મોડેલ પૂરું પાડે છે. આ મોડેલમાં પહેલાં તો અસીલને પોતાને હાનિકારક લાગતાં હોય તેવાં વાક્યો ઉચ્ચારવાનું કહેવામાં આવે છે જેનાથી અપઅનુકૂલિત વર્તનને શરુ કરનારા અને પ્રબલન પૂરું પાડનારા વિચારોથી અસીલ સચેત થઈ જાય છે. તે પછી વધુ રચનાત્મક એવું સ્વ-સંભાષણ કરીને તેનો પ્રત્યુત્તર વાળવાનું તેમને કહેવામાં આવે છે. જેમાંથી અસીલને પોતાને હાનિકારક હોય તેવા વિચારોનો સામનો કેવી રીતે કરવો તે શીખવાનું મળે છે. દા.ત., સ્કૂટર ચલાવતાં ડર લાગતો હોય તેવો અસીલ એમ કહે કે સ્કૂટર ચલાવવું એ ખરેખર ભયજનક છે. હું જે ઘડીએ સ્કૂટર ચલાવીશ તે ઘડીએ જ અથડાઈ જઈશ અને મરી જઈશ. આવી રીતે જાન ગુમાવવા કરતાં ઘેર બેસી રહેવું વધુ સારું છે... પરંતુ દુનિયામાં લાખો લોકો દરરોજ એક પણ અકસ્માત વિના સ્કૂટર ચલાવે છે તેનું શું ? આવા લોકોમાંના ઘણાબધા મારા કરતાં વધે હોંશિયાર નથી તોપણ તેઓ લહેરથી સ્કૂટર ચલાવે જ છે ને ? હું સારી રીતે, શાંતિથી વાહન ચલાવું તો શેનો અકસ્માત થાય ? જો હું સ્કૂટર ચલાવવાનું છોડી દઈશ કે શરુ જ નહીં કરું તો મારે તો ઘરમાં ને ઘરમાં ભરાઈ રહેવું પડશે અને મારે જે કંઈ કરવું છે તે કરી શકીશ નહીં. હું મારાથી બનતો બધો પ્રયત્ન કરીશ અને હું પણ મોજથી સ્કૂટર ચલાવીશ જ. આવાં સ્વ-સંભાષણો પછી અસીલને જેનો ડર લાગતો હોય કે જે વિશે

ચિંતા થતી હોય તે બાબતો કરવા માટે પ્રોત્સાહિત કરવામાં આવે છે. જેમ કે ઘરથી થોડે દૂર સ્કૂટરની સવારી, હાઈવે પર સ્કૂટર સવારી, લાંબી સ્કૂટર સવારી આદી ક્રમિક રીતે કરવાથી પ્રબલન મળે છે. આ દૃષ્ટિએ સ્વ-નિર્દેશાત્મક તાલીમ એ સમસ્યા ઉકેલવા માટેની સીધીસાદી પ્રયુક્તિ છે. પ્રાપ્ય બોધાત્મક મનોપચારમાં તે સૌથી વધુ વાર્તનિક છે. તેમાં અસીલ તેની બોધાત્મક અપક્રિયાઓને સમજે કે તે વિશે આંતરસૂઝ વિકસાવે તેવી કોઈ અપેક્ષા રાખવામાં આવતી નથી.

(૨) તાર્કિક-ભાવાત્મક મનોપચારઃ

તાર્કિક-ભાવાત્મક મનોપચાર અંગ્રેજીમાં રેશનલ-ઈમોટીવ થેરાપી કહેવામાં આવે છે. આ અંગ્રેજી પરથી સંક્ષિપ્તમાં તે આર. ઈ. ટી. મનોપચાર તરીકે જાણીતો છે. બોધાત્મક મનોપચાર પ્રયુક્તિઓમાં સાધારણ રીતે અસીલે પોતાની બોધાત્મક અપક્રિયાઓને ઓળખવાની છે અને તેના પરથી પોતાની સમક્ષના વિશ્વને જોવાની નવી રીતો શીખવાની છે. આ માટે બોધાત્મક અભિગમવાળા મનોપચારમાં જે પ્રયુક્તિઓ વિકસાવાઈ છે તેમાં આલ્બર્ટ એલીસ નામના અભ્યાસીએ વિકસાવેલ આર. ઈ. ટી. મનોપચાર એ કદાચ સૌથી જૂનામાં જૂની મનોપચાર પદ્ધતિ છે. એલીસનું માનવું છે કે જીવનમાં અમુક ઘટનાઓ બને છે તેના કારણે આવેગિક વિક્ષેપો કે ક્ષુબ્ધતાનું ખરું કારણ છે. જેમ કે નિષ્ફળતાઓને લીધે ખિન્નતા આવતી નથી. પરંતુ આપણે હંમેશા બધી જ બાબતમાં સફળ થવું જ જોઈએ એવી અતાર્કિક માન્યતાને લીધે ખિન્નતા આવે છે. તાર્કિક-ભાવાત્મક મનોપચારમાં અપઅનુકૂલિત આવેગિક પ્રતિક્રિયાઓ અને વર્તન જેના પર આધારીત છે તેવી અસીલની મૂળભૂત આવેગિક પ્રક્રિયાઓનું પરિવર્તન કરવાનો પ્રયત્ન કરવામાં આવે છે. આરંભમાં તાર્કિક-ભાવાત્મક પદ્ધતિને સંશયાત્મક રીતે જોવામાં આવતી હતી અને ઘણા બધા વ્યાવસાયિક મનોપચારકો તેની અસરકારકતા વિશે શંકાઓ સેવતા હતા. પરંતુ અત્યારે તે સૌથી વધુ વ્યાપક રીતે ઉપયોગમાં લેવાતા મનોપચારના અભિગમોમાંની એક પદ્ધતિ બની ગઈ છે.

એલીસની ધારણા મુજબ સ્વસ્થ વ્યક્તિ તાર્કિક રીતે અને વાસ્તવિકતા સાથે સુસંગત રીતે વર્તન કરે છે. એલીસની દ્રષ્ટિએ વર્તનમાં અને ખાસ કરીને આવેગિક વર્તનમાં વિચારો એ સાહજિક પણે પ્રાધાન્ય ધરાવતી બાબત છે. દુર્ભાગ્યવશ આપણામાંના ઘણાબધા લોકો અવાસ્તવિક માન્યતાઓ અને પરિપૂર્ણતાજન્ય મૂલ્યોનું શિક્ષણ મેળવે છે અને તે આપણી જાતના સંદર્ભમાં વધુ પડતી અપેક્ષાઓ ઉભા કરે છે, અતાર્કિક રીતે વર્તન કરવા પ્રેરે છે અને પોતે નકામો-નિષ્ફળ માણસ છે તેવી લાવણી ઉભી કરે છે. દા.ત., વ્યક્તિ સતત રીતે એવું વિચારતો હોય કે મારે પ્રત્યેક વ્યક્તિનો પ્રેમ અને સમર્થન મેળવવાને માટે લાયક બનવું જોઈએ- આવી અવાસ્તવિક માન્યતાઓ અને અંગત માંગણીઓ વ્યક્તિના વાસ્તવિક જીવાન્માં આવિાર્યપણે બિનઅસરકારક અને નિષ્ફળતાજનક વર્તન ઉત્પન્ન કરે છે અને આ પ્રમાણેની પ્રતિક્રિયાઓ ઉત્પન્ન થયા પછી નિષ્ફળતાની લાગણી અને સ્વઅવમૂલ્યનની આવેગિક પ્રતિક્રિયાઓ વાસ્તવિકતાના આવશ્યક પરિણામરુપે નહીં પરંતુ વ્યક્તિની ખોટી અપેક્ષાઓ, અર્થઘટનો અને સ્વ-માંગણીઓને આભારી હોય છે. એક ઉદાહરણ લેવાથી આ વાત સ્પષ્ટ થશે. એક પુરુષનો તેની વાગ્દત્તાએ તિરસ્કાર કરતાં તે નિરાશાની તીવ્ર આવેગિક પ્રતિક્રયાની સાથે બિનઉપયોગિતા, અપ્રિયતા અને સ્વ-અવમૂલ્યનની ઉંડી લાગણી અનુભવતો હતો. પરંતુ મનોપચાર દરમિયાન મજબૂત સ્વ-ખ્યાલ, પોતાની જાત અને વાગદત્તા યુવતી વિશેનું વધુ વાસ્તવલક્ષી ચિત્ર તેમજ તેમની વચ્ચેના વાસ્તવિક સંબંધ દ્વારા તે પોતાની આવેગિક પ્રતિક્રિયાઓમાંથી રાહત પ્રાપ્ત કરી શક્યો હતો. તેને સમજાયું હતું કે તેની વાગ્દત્તા તેને પ્રેમ કરતી નથી તેથી શું ? તે એનો પ્રશ્ન છે.- ધેટસ હર પ્રોબ્લેમ. આ ઉદાહરણમાં તે પુરુષનું પરિસ્થિતી અને પોતાની જાત વિશેનું અર્થઘટન વસ્તુલક્ષી પરિસ્થિતી કરતાં જૂદું હતું અને તે જ તેની આવેગિક પ્રતિક્રિયઓમાં વધારો કરતું હતું.

એલીસની માન્યતા મુજબ નીચે દર્શાવેલી એક કે તેથી વધુ હાર્દરુપ અતાર્કિક માન્યતાઓ મોટા ભાગના મનોવૈજ્ઞાનિક કુસમયોજનના મૂળમાં રહેલી હોય છે.

- કોઈપણ કાર્ય માટે વ્યક્તિને દરેક તરફથી સ્નેહ મળવો જોઈએ.

- કેટલાંક કાર્ય ઘૃણાજનક અને ખરાબ છે અને જે વ્યક્તિ આવું કાર્ય કરે તેને સખત રીતે શિક્ષા થવી જોઈએ.
- આપણી ઈચ્છા અનુસાર વસ્તુઓ ન બને તો તે ખૂબ જ ભયંકર બાબત છે.
- માનવ-દુ:ખ વ્યક્તિએ પોતે ઉભી કરેલી પરિસ્થિતીઓને લીધે નહીં પણ બહારના લોકો કે ઘટનાઓને લીધે ઉદ્ભવે છે.
- જો અમુક વસ્તુ ખૂબ જ જોખમી કે ભયજનક હોય તો તેનાથી વ્યક્તિ ભયંકર અસ્વસ્થતા અનુભવતો હોય છે.
- જીવનની સમસ્યાઓનો સામનો કરવા કરતાં જો શક્ય હોય તો તેનો પરિહાર કરવો એ વધુ સારું છે.
- આપણી જરુરિયાતો ખૂબ જ પ્રબળ કે વધુ શક્તિશાળી હોય છે તેથી વ્યક્તિ તેની આગળ અસહાય છે.
- વ્યક્તિએ સંપૂર્ણપણે સામર્થ્યવાન અને બુધ્ધિશાળી બનવું જોઈએ અને તેણે બધાં જ ક્ષેત્રોમાં સિધ્ધિઓ હાંસલ કરવી જોઈએ.
- વ્યક્તિના જીવનમાં અમુક વસ્તુ એક વાર અસર ઉભી કરે તો તેની ભવિષ્યમાં પણ અનિવાર્યપણે અસરો જોવા મળે છે.
- વ્યક્તિનું પોતાની જાત પર નિશ્ચિત અને સંપૂર્ણ સ્વનિયંત્રણ હોવું જોઈએ.
- જડતા અને નિષ્ક્રિયતા દ્વારા જ સુખ સિધ્ધ કરી શકાય છે.
- આપણે પ્રત્યક્ષ રીતે આપણા આવેગો પર નિયંત્રણ ધરાવતા નથી અને અમુક લાગણીઓ ધરાવવા વિશે આપણો કોઈ ઉપાય નથી.

માનસિક દર્દીના ઉપચાર કરવાનું કામ પ્રમાણમાં પડકારરુપ છે. વીસમી સદીને ચિંતાના યુગ તરીકે ઓળખવામાં આવે છે. આ સદીએ માનવજાતને આપેલી યાદગાર ભેટોમાં મનોવિશ્લેષ્કોના કોચને પણ એક યાદગાર ભેટ ગણવામાં આવશે. દર્દીને એક આરામદાયક કોચ પર સુવડાવીને તેનું મનોવિશ્લેષણ કરવાની કે ઉપચાર કરવાની પધ્ધતિ આ સદીમાં વિકસી છે. મનોચિકિત્સકો, ચિકિત્સા મનોવૈજ્ઞાનિકો અને મનોવિશ્લેષકો માટે આ ઉપચાર

પદ્ધતિઓ ધીકતો ધંધો બની ગઈ છે. આપણે જેને સૌમ્ય મનોવિકૃતિઓ કહીએ છીએ તેના ઉપચાર માટે તો મનોપચારની અનેક પદ્ધતિઓ વિકસાવવામાં આવી છે. મનોપચારનો ઉપયોગ સૌમ્ય મનોવિકૃતિઓ ઉપરાંત પણ અનેક વર્તન વિકૃતિઓની સારવાર માટે પણ કરવામાં આવે છે. પરંતુ અનુભવે ચિકિત્સકોને સમજાયું છે કે આ પદ્ધતિ તીવ્ર મનોવિકૃતિઓના કિસ્સામાં એટલી કારગત નીવડતી નથી. ફ્રોઈડ જેવા ફ્રોઈડે પણ આ વાત કબૂલ કરી હતી. આવયવિક તીવ્ર મનોવિકૃતિઓના કિસ્સામાં વર્તન અને વ્યક્તિત્વનો એટલો હ્રાસ થાય છે કે આવો દર્દી સમાયોજનની નવી તરાહો શીખી શકે તેવી શક્યતા જ રહેતી નથી. કાર્યાત્મક તીવ્ર મનોવિકૃતિઓના કિસ્સાઓમાં પણ દર્દી કાં તો એટલો બધો વિમુખ, કાં તો એટલો બધો શંકાશીલ કે કાં તલ એટલો બધો ઉશ્કેરાટવાળો કે કાં તો એટલો બધો ખિન્ન હોય છે કે ચિકિત્સક સાથેની તેની મુલાકાત જેટલી ફળદાયી બનવી જોઈએ તેટલી બનતી નથી. આથી આવા કિસ્સાઓમાં માનસિક દર્દીઓની સારવાર માટે દૈહિક ઉપચારોનો આશ્રય લેવામાં આવે છે. તબીબી વિજ્ઞાન અને ખાસ કરીને ન્યૂરોલોજીના ક્ષેત્રમાં છેલ્લા દસકાઓમાં થયેલી અભૂતપૂર્વ પ્રગતિને લીધે દૈહિક ઉપચારોની અસરકારકતા નોંધપાત્ર પ્રમાણમાં વધી ગઈ છે. માનસિક દર્દીઓના ઉપચાર માટેની વન્ડર ડ્રગ્સ ઉપલબ્ધ બની છે. એક વખત દૈહિક ઉપચારથી દર્દી સાજો-સારો થવા માંડે એટલે પછી જરુર લાગે તો તેનો મનોપચાર પણ કરવામાં આવે છે, જેથી તેનો નબળો પડી ગયેલો ઈગો મજબૂત બને.

❖ આંચકા ઉપચાર પદ્ધતિ:

માનસિક દર્દીઓના ઉપચાર માટેની આંચકા પદ્ધતિ કે શોક ટ્રીટમેન્ટ ખૂબ પ્રચલિત છે. આ આંચકા પદ્ધતિઓમાં ઈલેક્ટ્રો કન્વલઝીવ થેરાપી (ઈ. સી. ટી.) તરીકે જાણીતી ઉપચાર પદ્ધતિ તો દુનિયાભરમાં જાણીતી બની ગઈ છે. સામાન્યમાં સામાન્ય માણસને પણ ખબર છે કે ઈલેક્ટ્રીક શોક આપીને માનસિક દર્દીઓનો ઉપચાર કરવામાં આવે છે. માનસિક દર્દીઓના ઉપચાર માટેની આંચકા પદ્ધતિઓ શરુ થઈ ત્યારે કેટલાક મનોચિકિત્સકો એમ માનતા હતા કે આ પ્રકારના ઉપચારમાં દર્દીઓની

આમ, પ્રસ્તુત પુસ્તકમાં વર્તમાન સમયની જે માંગ છે માનસિક સ્વાસ્થ્ય તેની કાળજી કેવી રીતે રાખી શકાય અને મનોપચારનો ફાયદો કેવી રીતે મળી શકે છે તેની જાણકારી મળી રહે છે. માનસિક સ્વાસ્થ્ય એ વ્યક્તિ માટે ખૂબ જ જરુરી એવુ પરીબળ છે આશા છે કે આપણે સૌ આપણા માનસિક સ્વાસ્થ્ય માટે કાળજી રાખીશું અને તેનું જતન કરીશું.